आपल्या स्नेहीजनांना पुस्तके भेट द्या

वपु
मी माणूस शोधतोय!

मेहता पब्लिशिंग हाऊस

- *या पुस्तकातील लेखकाची मते, घटना, वर्णने ही त्या लेखकाची असून त्याच्याशी प्रकाशक सहमत असतीलच असे नाही.*

MEE MANUS SHODHATOY! by V. P. KALE

मी माणूस शोधतोय! : वपु काळे / कथासंग्रह

© स्वाती चांदोरकर व सुहास काळे

मराठी पुस्तक प्रकाशनाचे हक्क मेहता पब्लिशिंग हाऊस, पुणे.

प्रकाशक : सुनील अनिल मेहता, मेहता पब्लिशिंग हाऊस,
१९४१, सदाशिव पेठ, माडीवाले कॉलनी, पुणे - ४११०३०.

मुखपृष्ठ : चंद्रमोहन कुलकर्णी

प्रकाशनकाल : फेब्रुवारी, १९७५ / जानेवारी, १९८६ / सप्टेंबर, १९९० / जून, २००१ / मार्च, २००६ / ऑगस्ट, २००७ / मे, २००९ / ऑक्टोबर, २०१० / ऑक्टोबर, २०११ / सप्टेंबर, २०१२ / एप्रिल, २०१३ / जानेवारी, २०१४ / जानेवारी, २०१५ / मार्च, २०१६ / मार्च, २०१७ /
पुनर्मुद्रण : सुधारित आवृत्ती एप्रिल, २०१८

P Book ISBN 9788177666557
E Book ISBN 9788184986341
E Books available on : play.google.com/store/books
www.amazon.in

ऋषितुल्य
तीर्थरूप दादा कुलकर्णी
ह्यांना —

वपु
मी माणूस
शोधतोय!

अनुक्रमणिका

मी माणूस शोधतोय!

कादंबरीचा प्रकाशन-समारंभ. दिवस जवळ येत चालला होता. घराला मंगलकार्याचं स्वरूप आलं होतं. याद्या चालल्या होत्या. वि. र. गोड्यांच्या नकलांचा कार्यक्रम ठरवायचा होता. आर्टिस्ट दिवाकरांनी निमंत्रण-पत्रिकांचा सुरेख ले-आऊट करून दिला होता. अल्पोपहार काय काय द्यावा ह्यावर चर्चा चालल्या होत्या. आमंत्रणातून कुणी चुकून राहिलं नाही ना, ह्याची छाननी चालली होती. अशाच कोणत्या तरी चर्चेत वसुंधरेनं विचारलं,

"कौतुक सप्तर्षींना आमंत्रण गेलं?"

"त्याचा पत्ता?"

"कुठूनही मिळवा. त्याला आमंत्रण मात्र जायलाच हवं."

मी चक्रावून गेलो होतो.

मला कौतुक सप्तर्षी सापडत नव्हता. एकोणिसशे साठ साली माझा पहिलावहिला कथासंग्रह प्रकाशित झाला. त्याचं नाव होतं. 'लोंबकळणारी माणसं.' संग्रह प्रकाशित झाला तेव्हा कौतुक सप्तर्षीचं पहिलं अभिनंदनपर पत्र आलं. त्यानंतर प्रत्येक नव्या संग्रहाच्या वेळी न चुकता त्याचा शुभसंदेश यायचा. सुहासनं प्रथम नाटकात काम करून सरकारी पारितोषिक मिळवलं तेव्हा त्याचंही पत्र पाठवून त्यानं कौतुक केलं. स्वातीनं 'मला काही सांगायचंय' मध्ये काम केलं तेव्हा तिचंही अभिनंदन आणि एवढं सगळं करूनही त्या पठ्ठ्यानं एकाही पत्रावर स्वत:चा पत्ता दिलेला नव्हता.

त्याच्या पत्राचा आकार, रंग ठरलेला असायचा. वरच्या बाजूला 'कौतुक' हे नाव छापलेलं. मध्यभागी तो दोन किंवा तीन ओळींचा मजकूर, हस्ताक्षरात पण छापलेला वाटावा इतक्या रेखीवपणे लिहीत असे आणि खाली 'सप्तर्षी' अशी सही. कागदाच्या खाली डाव्या कोपऱ्यात एका खारीचं चित्र छापलेलं.

बस! इतकंच.

गेल्या बारा वर्षांत त्याची मला अठरा पुस्तकांची अठरा पत्रं, स्वाती-सुहासचं

पत्र आणि रंगभूमीवरील नेपथ्य हे वडिलांचं पुस्तक प्रकाशित झाल्यावर त्यांना एक पत्र, अशी एकूण एकवीस पत्रं आली होती. सुरुवातीला पत्त्याअभावी, पोच देता येत नाही म्हणून रुखरुख, नंतर कुतूहल-आणि शेवटी शेवटी-त्याचा पत्ता माहीतच नाही, ह्याची सवय बनली.

कोकिळेला शोधायचा प्रयत्न आपण किती वेळ करतो!

पण ह्यावेळेला पत्र पाठवायला हवं. कादंबरी प्रकाशन-समारंभाला तो यायलाच हवा.

संध्याकाळी वि. र. गोडे नकलाकार यांच्या घरी गेलो. अतिशय मऊ, मुलायम आवाजात गोड्यांनी स्वागत केलं. कार्यक्रमाची सुपारी स्वीकारली. गंमत म्हणून त्यांनी कार्यक्रमाचे फोटो दाखवायला प्रारंभ केला. किती थोरामोठ्या कलावंतांनी गोड्यांचे कार्यक्रम पाहिले-घडवले आहेत त्याची कल्पना आली. एका फोटोत तर बडे बडे साहित्यिक, सुधीर फडके, वसंत देसाई, पु. ल. देशपांडे त्यांच्यामध्ये वि. र. गोडे. फोटोतले बहुतेक सगळे परिचयाचे होते. एका व्यक्तीवर बोट ठेवीत मी विचारलं,

''गोडेसाहेब, हा गृहस्थ कोण आहे?''

''हा कौतुक सप्तर्षी.''

''काय सांगता काय?''

''हो, का?'' -गोड्यांनी अगदी हळुवार आवाजात विचारलं.

''ह्या माणसाचा पत्ता द्या. मी त्याला खूप दिवस शोधतोय.''

''पत्ता मलाही माहीत नाही.''

''हा काय करतो माहीत आहे.''

''एरवीचं माहीत नाही, पण माझा कार्यक्रम गाजला, पेपरला न्यूज आली की पत्र पाठवून कौतुक करतो.''

''बरोब्बर!''

लोण्याच्या आवाजात गोड्यांनी विचारलं,

''तुम्हांलाही पत्रं येतात?''

''नियमितपणे येतात.''

गोडे 'येतो' म्हणाले. मी सुटलो. सर्व परिचितांना आमंत्रणं करीत करीत मी फोटोग्राफर राजदत्तकडे गेलो. उत्साह, नियमितपणा, चोख काम आणि नम्रता ह्या सगळ्यांची बेरीज म्हणजे राजदत्त. स्टुडिओत पाऊल टाकताच तिथं अरुण असो, नयन असो किंवा विजय अगर मिस. दांडेकर असो. तोंडात पहिला शब्द येणार-

२ । मी माणूस शोधतोय!

"Yes, Kaka, please come."

आजही तसंच स्वागत झालं. आज गुरुवार होता. खिडकीत सुरेख फुलं ठेवली होती. एका मोठ्या बशीत एक मोठा पेढा ठेवलेला होता. विजय निगेटिव्हज्वर नंबर टाकीत बसला होता. राजदत्त स्वत: हातात मॅग्निफाइंग ग्लास घेऊन एका कोणत्या तरी निगेटिव्हची ताकद अजमावत होते. टेबलावर तीन-चार अल्बम्स तयार होऊन पाठवणीची वाट पाहत होते. नाट्यसंपदाचा एक अल्बम तिथं होता. कोणत्या तरी नाटकाच्या त्रिशत-महोत्सवी सोहळ्याचे फोटो त्यात होते. ग्रुप फोटोत वसंत कानेटकर, पणशीकर, दारव्हेकर, शंकर घाणेकर...आणि गंमत म्हणजे त्या चौघांच्या पलीकडे तो कौतुक सप्तर्षी.

"राजदत्त, हा प्राणी कोण आहे?"

माझ्या प्रश्नाला मला उत्तर न देता राजदत्त म्हणाले,

"मिस दांडेकर, हा कोण आहे हे आपण काळेसाहेबांना सांगायचं का?"

"ते आपलेच आहेत. सांगून टाका."

राजदत्त म्हणाले,

"काळे, इथं किती माणसं भेटतात म्हणून सांगू? राजदत्तनं काम कसं करायचं? हा व्याप तुम्ही पाहताय. मी रात्रभर झोपलो नाही. बावीस रोल्स डेव्हलप व्हायचेत. बट आय ॲम डुईंग इट. सगळे येतात. भेटतात. पण माझ्याजवळ कंपार्टमेंटस आहे, मास्क आहे. आतपर्यंत पोहोचत नाहीत."

"मला माहीत आहे."

"तुम्ही ह्या माणसाला ओळखत नाही का?"

"नाही."

"तुम्हांला ह्याचं कधी ग्रीटिंग कार्ड आलं नाही का?"

"खूपदा आली आहेत. मला त्याचे आभार मानायचेत. पण बेटा, स्वत:चा पत्ता कळवत नाही."

"मी तुम्हांला त्याचा पत्ता देतो, पण मी पत्ता दिला हे त्याला कळता कामा नये."

"प्रॉमिस!"

दांडेकरने डायरी काढली.

"हा प्राणी एरवी काय करतो?"

माझ्या प्रश्नाला उत्तर न देता, निरनिराळ्या पाकिटांतून राजदत्तनं सात-आठ फोटो काढले. प्रत्येक फोटोत कौतुक सप्तर्षी कुठं ना कुठं होताच. महामहोपाध्याय दत्तो वामन पोतदार ह्यांचा शासनातर्फे गौरव झाला त्या समारंभात तो होता, कुमार गंधर्वांच्या बैठकीत होता, यशवंतराव चव्हाण, तर्कतीर्थ लक्ष्मणशास्त्री जोशी ह्यांच्या फोटोत तो होता, कोणत्या तरी

मी माणूस शोधतोय! । ३

साहित्यसंमेलनात अनंत काणेकर आणि रणजित देसाई ह्यांच्यासोबत होता, तर एका फोटोत H. M. V. चं काही रेकॉर्डिंग चालू असताना तो मंगेश पाडगावकर आणि हृदयनाथ मंगेशकर ह्यांच्या मागंही होता.

"सगळे फोटो पाहिलेत?"

"हो."

"प्रत्येक ठिकाणी आहे ना?"

"तेच म्हणतोय मी. हा नक्की कोण आहे?"

"एक साधा पण अफाट माणूस आहे. तुम्ही त्याला भेटा आणि मग मला तुमचं मत सांगा."

कौतुक सप्तर्षींचा पत्ता मिळाल्यानं मी खुषीत होतो. बड्यांबड्यांबरोबर मी त्याला निरनिराळ्या फोटोत पाहिलं. त्याची आणि माझी अगोदर ओळख असती तर माझ्याकडच्या अल्बममध्ये तो असाच कोणत्या तरी ग्रुप फोटोत हमखास आला असता.

हरकत नाही.

कादंबरी प्रकाशन-समारंभाला तो नक्की येईल.

लालबागच्या त्या वस्तीत पाय ठेवण्याची आयुष्यातली माझी पहिलीच खेप होती. अशा वस्तीत माणसं कशी राहू शकतात अशी हळहळ व्यक्त करीत, बसमधून जाताना त्या इमारतीकडे मी आजवर निव्वळ पाहत आलो होतो. आज प्रत्यक्षात ते आयुष्य मी जवळून पाहत होतो. तीन मजली इमारत, मध्ये चौक, चौकात घुशींची बिळं आणि घुशींची बिनदिक्कत इकडून तिकडे पळापळ. गॅलरी गॅलरीतून ठोकलेल्या तारा. त्यावर कळकट परकर, विटलेली पातळं. त्याच गोंधळात टांगलेला क्वचित एखादा पोपटाचा पिंजरा. एरियलचे चौकोन, टांगलेल्या कुंड्या. त्यातून ओघळलेलं तांबडं पाणी. कठड्यावर टाकलेल्या चटया and what not? ह्याच धामधुमीत कोणत्या तरी ऑर्केस्ट्रावाल्याची पत्र्यावर रंगवलेली जाहिरात. एक कुठला तरी कबड्डी संघ, त्याशिवाय नाट्यसंस्था...सबकुछ होतं.

कौतुक सप्तर्षी चाळीत एकदम पॉप्युलर होता. तळमजल्यावर मी चौकशी करताच एकदम चार-पाच पोरं उत्साहानं खोली दाखवायला आली. हलणारा कठडा, घसरड्या पायऱ्या ह्यांच्याशी जमवून घेत मी तिसऱ्या मजल्यावर आलो. तो तीन मजल्यापर्यंतचा प्रवास एवढा जिवावरचा वाटला की त्यापेक्षा घोरपड लावून दोरीवरून चढणं सोपं वाटलं असतं. कौतुक सप्तर्षींच्या खोलीच्या सीमारेषेवर सोडून मावळे खाली उतरले आणि मी दारात उभं राहून आत पाहू

लागलो.
एका खोलीतला संसार.
पण संसार कशावरून? -खोलीत तर एकही पातळ नव्हतं, ब्लाऊज नव्हता, गृहिणीचा हात फिरलेला कुठंही दिसत नव्हता. असा हात ज्या घरात फिरतो त्याला निराळंच तेज चढतं. ते घर पोरकं वाटत नाही, कोरडं वाटत नाही. सप्तर्षींचं घर तसं वाटलं. ते घर नव्हतंच. ती खोली होती.
दरवाजासमोर लोखंडी कॉट. स्प्रिंगवाली. वर दोन गाद्या. साधी चादर.
कॉटखाली दोन ट्रंका. एक देवदारी लाकडी पट्ट्यांचं खोकं.
भिंतीवर जुनं, तासाला ठोके देणारं लंबकाचं अष्टकोनी घड्याळ.
कॉटजवळ एक टेबल आणि शेजारी पुरुषभर उंचीचं सेल्फ. त्या सेल्फात एखाद्या ऑफिसात ओळीनं लावतात त्याप्रमाणं जवळजवळ सत्तर-ऐंशी क्लिपवाल्या फाईल्स होत्या.
दरवाजाकडे पाठ करून सप्तर्षी काहीतरी लिहीत बसला होता.
मी दार वाजवलं.
त्यानं पाहिलं आणि तो उभा राहत म्हणाला,
''या, व. पु. या.''
कॉटवर बसत मी विचारलं,
''तुम्ही मला ओळखता?''
''आपला एकत्र फोटोसुद्धा आहे.''
''असं?''
''Yes.''
''मला कसं माहीत नाही?''
''तुम्ही मोठे आहात.''
असं म्हणत समोर एक अल्बम ठेवीत तो म्हणाला,
''तुम्ही हे फोटो पहा. तोपर्यंत मी पत्रं संपवतो. आठच्या आत ती पोस्टात पडायला हवीत. नाहीतर उद्या ज्यांचे वाढदिवस आहेत, त्यांना ती वेळेवर मिळायची नाहीत.''
''अवश्य!''
सप्तर्षी पत्रं लिहायला बसला आणि मी मधूनमधून फोटोंकडे आणि त्याच्याकडे पाहत राहिलो. त्या अल्बममध्ये काय नव्हतं? कोण नव्हतं? साहित्य, नाट्य, कला, चित्रपट, संगीत, राजकारण...थोडक्यात म्हणजे गाजवण्यासारखी जेवढी क्षेत्रं असतात ती सगळी क्षेत्रं आणि प्रत्येक क्षेत्रात सध्या आघाडीवर असलेल्या सगळ्या व्यक्ती कौतुक सप्तर्षींच्या अल्बममध्ये हजेरी लावून उभ्या होत्या. कधी

मी माणूस शोधतोय! । ५

जवळ, तर कधी अंतरावर. पण प्रत्येक फोटोत सप्तर्षी कुठं ना कुठं होताच. वसंतराव नाईकांपासून सगळे मंत्री, भीमसेन जोशींपासून सगळे गायक, नानासाहेब फाटकांपासून दत्ता भटांपर्यंत सगळे नट, वि. वा. शिरवाडकरांपासून पाडगावकरांपर्यंतचे कवी, सगळे नाटककार, लेखक दैनिका-मासिकांचे संपादक...किती यादी सांगावी? सगळी मोठमोठी माणसं एकत्र पाहून फार मजा वाटली. देश म्हटलं, महाराष्ट्र म्हटलं म्हणजे गहिवर दाटण्याइतका मी अस्वस्थ होत नाही. पण ही शंभर-दोनशेच्या घरात जाणारी मोठमोठी मंडळी एकत्र पाहून मला खरोखर, 'महाराष्ट्र' म्हणजे काय हे समजलं.

भारावलेल्या मन:स्थितीत मी अल्बम दूर ठेवला. सप्तर्षीचं माझ्याकडे लक्ष गेलं. तो म्हणाला,

"शेवटची दोन पत्रं. म्हणजे आजचा कोटा संपला."

"चालू द्या. मी थांबतो."

सप्तर्षीनं आणखीन एक अल्बम पुढे टाकला. तो तर आणखीनच अजब होता! वर्तमानपत्रांतून प्रसिद्ध होणारे ते फोटो होते. स्कॉलरशिप मिळवून परदेशी निघालेल्या विद्यार्थ्यांपासून, पोहणं, खेळणं, निबंधस्पर्धा, वक्तृत्व, आंतरशालेय स्पर्धा इथंपासून आणि वय वर्षं सातपासून चाळीशी उलटल्यावर मॅट्रिकला बसून यश मिळवणाऱ्या व्यक्तींपर्यंत असंख्य फोटो तिथं होते.

"हे सर्व अफाट आहे हो!"

मी बोलून गेलो. लेखन थांबवता थांबवता तो म्हणाला,

"हेच काय ते खरं आहे."

"तुम्हांला हे एवढे फोटो मिळतात कसे पण?"

"रोज पेपरला येतात."

"असं?"

"रोज असतात. माझं लक्ष नेहमी तिसऱ्या, चौथ्या आणि पाचव्या पानाकडं असतं. खून, मारामाऱ्या, अपघात आणि आज तेल गडप, उद्या तांदूळ गडप अशा बातम्या मी वाचत नाही. एक तर ह्या बातम्यांचं आयुष्य फार अल्प असतं आणि तरीही त्या तसल्या बातम्या आपलं मन उदास करतात."

"खरं आहे. मला लेखक असून हे कधी सुचलं नव्हतं."

कौतुक सप्तर्षी उत्साहानं म्हणाला,

"वर्तमानपत्र असं आपण म्हणतो खरं, पण खरं तर सगळी वर्तमानपत्रं भूतकाळ छापतात. तिसरं आणि चौथं पान मात्र भविष्यकाळ किती उज्ज्वल आहे हे सांगतात. भविष्य घडवायला निघालेले कितीतरी चेहरे त्या पानांवर दिसतात. किती माणसं ते विक्रम वाचतात?"

त्या प्रश्नानं मी अस्वस्थ झालो. तो प्रश्न मलाही होता.
"जाऊ दे. तुम्हांला माझा पत्ता कसा मिळाला?"
"ज्यानं दिला त्यानं नाव सांगायचं नाही ह्या अटीवर पत्ता दिलाय. त्याच्याशी प्रामाणिक राहू की तुमच्याशी?"
मी त्याच्यावरच सोपवलं. पण कौतुक सप्तर्षी पटकन म्हणाला,
"तुम्ही त्याला दिलेला शब्द पाळा."
त्यानं पत्रं संपवली. गॅलरीत जाऊन कुणाला तरी हाक मारली. एक आठ-दहा वर्षांचा पोरगा धावत आला. सप्तर्षींची पत्रं टाकण्यासाठी घेऊन गेला. सप्तर्षी खोलीत येत म्हणाले,
"व. पु., आता बोला."
"कादंबरीच्या प्रकाशन-समारंभाचं आमंत्रण द्यायला आलो होतो."
"थँक्यू!"
"गेली दहा वर्षं तुमची ग्रीटिंग कार्डस् येत आहेत. तुम्ही तुमचा पत्ता न कळवल्यामुळं आमची फार कुचंबणा करून सोडलीत."
"का बरं?"
"आभार मानायला जागा ठेवली नाहीत."
"एवढंच ना?"
"वा, हा गुन्हा काही साधा नाही."
"प्रत्यक्ष भेटला आहात. आता शिक्षा सांगून टाका."
"पुढचं कार्ड पाठवाल तर त्यावर तुमचा पत्ता असायला हवा, हीच शिक्षा!"
"फार कडक शिक्षा सांगताहात, थोडी सूट द्या."
"का?"
"मी पत्ता जाणूनबुजून कळवत नाही."
"का पण?"
"अनाहूत पत्रं आलेली कुणालाही आवडतात, पण अशा पत्रांना उत्तरं पाठवणं हा एक मोठा व्याप होऊन बसतो. तो व्याप लेखक, नाटककार, गायक वगैरे मंडळींच्या मागं लावू नये असं मला वाटतं."
"सप्तर्षी, वाचकांना पत्रं लिहिण्यातही फार मोठा आनंद असतो."
"असेलही. मला मात्र पत्ता छापण्याची भीती वाटते."
"भीती?"
"भीती म्हणजे भीती नाही. पण काय होतं, पत्ता कळवला की आपण उत्तराची वाट पाहतो. उत्तराची अपेक्षा ठेवली की दु:ख आलं. त्या व्यक्तीनं आभाराचं पत्र पाठवलं नाही की त्याचा थोडा राग येणं, नंतर वाईट वाटणं आणि शेवटी

मी माणूस शोधतोय! । ७

'कशाला आपण त्याला विश करायचं?' –असा विचार करायचा, इथं आपण येऊन थांबतो. हे टाळण्यासाठी म्हटलं, पत्ताच दिला नाही म्हणजे झालं!''
कौतुक सप्तर्षीचं बोलणं चुकीचं नव्हतं. तरी मी म्हणालो,
''तुम्हांला गाठण्यासाठी माझ्यासारख्याला जो त्रास झाला त्याचं काय?''
''माफी मागू?''
''नको. माझ्यासारखे आणखी काही असतील!''
''नक्की?''
''नक्कीच! त्यांच्यासाठी तुम्ही पत्ता द्यायला हवा. अपेक्षा न करता छापा. तो खरा निरपेक्ष योग. पत्ता न छापणं ही पळवाट झाली.''
''एकदम पटलं.''
सप्तर्षी समजूतदारपणे म्हणाला.
एवढ्यात त्याला कुणीतरी बोलवायला आलं.
''बसा, आत्ता येतो.''
सप्तर्षी गेला. मी टेबल आणि इतर फायलींचं निरीक्षण करू लागलो. पण तेवढ्यात तो परतलाच.
''सप्तर्षी, रोज किती पत्रं लिहावी लागतात?''
''कमीत कमी पाच. जास्तीत जास्तीचा आकडा सांगत नाही.''
''हा व्यवसाय किती वर्षं चाललाय!''
''गेली बावीस वर्षं.''
''काय सांगता काय?''
''खरं तेच सांगतोय.''
''आणखीन तीन वर्षांनी रौप्यमहोत्सवी वर्षं येणार?''
''हो, असं म्हणायला हरकत नाही.''
''तुम्हांला हे करून काय मिळतं?''
''आनंद!''
मी ह्या उत्तरावर नुसता पाहत राहिलो.
''काळे, दिवसातले जास्तीत जास्त तास इतरांचं चांगलं चिंतण्याच जातो, मग आनंद का व्हायचा नाही?''
''अगदी खरं आहे, पण मुळात आपण हे असं काही करावं-हे सुचलं कसं?''
सप्तर्षी गप्प बसला, जरा वेळानं तो म्हणाला,
''माझी मुलाखत घ्यायला आलात का?''
मी म्हणालो,
''मुलाखत हा व्यवहारी शब्द झाला. मी जिव्हाळ्यानं विचारतोय.''

सप्तर्षी उठला. त्यानं पलंगाखालची ट्रंक ओढली. त्या ट्रंकेच्या तळाशी कार्डबोर्डची डबी होती. त्या डबीतून एक पिवळा पडलेला कागद काढून त्यानं माझ्या हातात दिला.

"ही आहे माझी प्रेरणा."

मी तो कागद वाचला. तात्याराव नावाच्या माणसाला लिहिलेलं ते पत्र होतं. पत्र लिहिणाऱ्या माणसावर त्या कुणा तात्यारावनं काय उपकार केला आहे, त्याला पत्ता लागत नव्हता. पण तो कोणी तात्याराव हा पृथ्वीवरचा देवदूत होता.

"तात्याराव कोण?" मी सप्तर्षीला विचारलं.

सप्तर्षी म्हणाला,

"मराठी रंगभूमीवरचे, हिंदी चित्रपटसृष्टीतले एकूण एक खलनायक ज्याला गुरू मानतील असा एक राक्षस. नाहीच पण, राक्षसही नाही. त्यालाही केव्हातरी पाझर फुटत असेल."

"काय सांगता काय?"

"स्वत:च्या बायकोला ह्या तात्यारावानं तिसऱ्या मजल्यावरून - ह्याच चाळीच्या चौकात ढकलून दिलं. चौदा वर्षं जन्मठेप भोगली, पुन्हा ह्याच चाळीत आला. चाळीतल्या लोकांनी त्याला थारा दिला नाही, धक्के मारून घालवून दिला. इथून जाण्यापूर्वी त्याला फक्त हे पत्र हवं होतं. कारण त्याला देवदूत मानणारी तेवढी एकच व्यक्ती जगात होती. चाळीतल्या लोकांनी त्याला जिनाही चढून दिला नाही. तो तसाच गेला. नंतर फार जगला नाही. त्याला लोकांनी धक्के मारून घालवला. ते दृश्य वाईट होतं आणि तरीही मी ते शांतपणे पाहत होतो. हा आपला बाप आहे ही भावनाच डोक्यातून गेली होती."

सप्तर्षी शांतपणे सांगत होता. मी एकाएकी म्हणालो,

"सप्तर्षी, काय सांगता काय?"

"माझ्या आईचा खून झाला तेव्हा मी दहा वर्षांचा होतो. तात्याराव तुरुंगात गेला तेव्हा अकरा वर्षांचा होतो. खटला एक वर्ष चालला होता. तात्याराव जाता-येता ह्या पत्राची मागणी कोर्टाकडे करायचा. दुष्टातल्या दुष्ट माणसालाही कुणीतरी आपल्याला सज्जन म्हणून ओळखावं ह्याचं किती अप्रूप वाटतं ह्याचा तो पुरावा होता. मी पोरका झालो, पण ह्याच चाळीतल्या माणसांनी मला वाढवलं, जगवलं. मॅट्रिकपर्यंत शिकलो तेही चाळीतल्यांनी निरपेक्ष आधार दिला म्हणून."

सप्तर्षी थांबला. मला खंड सहन झाला नाही. मी विचारलं,

"पत्रलेखन कसं सुरू झालं?"

"सांगतो... आमच्या शाळेचे प्रिन्सिपॉल फार कडक होते. शिस्तप्रिय होते. अकरा वाजता ते स्वत: छडी घेऊन उभे असायचे. उशिरा येणाऱ्या विद्यार्थ्यांना सपासप मारायचे. एकदा सहज सणक आली आणि त्यांच्या वाढदिवसाला मी एक कार्ड आणि फुलं पाठवली. त्यानंतर आठ-दहा दिवसांनी मला असाच शाळेत जायला उशीर झाला. वार लावून जेवत होतो, केव्हा केव्हा लोकांकडे उशीर व्हायचा. पण गंमत म्हणजे, इतर दोन-चार मुलांना छड्या बसल्या पण प्रिन्सिपॉलनी मला तसंच सोडून दिलं. तात्यारावलासुद्धा त्या एकुलत्या एका पत्राचं किती कौतुक वाटायचं ह्याचा अनुभव होताच. त्यातून प्रेरणा मिळाली. मग हेतुपुरस्सर सगळ्या मास्तरांच्या वाढदिवसांना, दिवाळीला, संक्रातीला शुभेच्छा पाठवल्या. सगळ्या शिक्षकांनी मला अभ्यासात खूप मदत केली. मॅट्रिकचं यश पदरात पडलं. वर्षभरानं नोकरी मिळाली."

"नोकरी कशी मिळाली?"

"ग्रीटिंग कार्ड्सच्या जोरावर!"

"म्हणजे कशी पण?"

"मॅट्रिकचा निकाल लागला आणि मी संशोधनाला प्रारंभ केला. बाप खुनी, हे सांगायची सोय नव्हती. नातेवाइकांनीसुद्धा जिथं पाठी फिरवल्या, तिथं इतरांचं काय? रोज मैलनमैल चालत होतो. सगळ्या इंग्लिश-अमेरिकन कंपन्यांवर डोळा ठेवला होता. फोर्बस् कॅम्पबेल, ग्लॅक्सो, फायझर, रिचर्डसन क्रूडास, हेक्स्ट, डाइंग, टाटा, टेल्को, सगळीकडे जायचं. वेष हा असा गबाळा, चेहरा बावळा. कोण दारात उभं करणार आम्हांला? - रिसेप्शनिस्ट हाकलूनच द्यायची- 'काय काम आहे?'-विचारलं की सांगायचं, 'तुमच्या बॉसची बर्थडेट हवी होती, त्यांना ग्रीटिंग कार्ड पाठवायचं आहे!' - हे कारण इतकं निरुपद्रवी वाटायचं की रिसेप्शनिस्ट स्वत: तारीख आणून द्यायची. त्या सर्वांना मी वर्षभर निमित्त काढून भेटकार्ड पाठवित राहिलो. कार्डं घरीच तयार करीत होतो. हस्ताक्षर उत्कृष्ट होतं. त्याचाही परिणाम व्हायचा. नोकरी मिळेपर्यंत चाळीतल्या मंडळींचं अंगावर पडेल ते काम करीत होतो व अजून करतो. त्यानंतर ग्लॅक्सो कंपनीकडून अचानक भलं मोठं पाकीट आलं. कंपनीनं इक्विटी शेअर्स विकायला काढले होते आणि मला एक छापील फॉर्म पाठवला होता. ग्रीटिंग कार्ड पाठवणारा म्हणजे मी बडा माणूस असणार हा त्यांचा गैरसमज. साहेबांच्या पी.ए.ला भेटलो. इक्विटी शेअरचा फॉर्म परत केला आणि अजून नोकरीचा पत्ता नाही हे सांगितलं आणि काळेसाहेब, you may not perhaps believe, पण त्याच कंपनीत नोकरी लागली, ती थेट आजतागायत. दिवसभर नोकरी करतो आणि सकाळ-संध्याकाळ कलाकार, लेखक, नाटककार,

गायक...सगळ्यांचं भलं व्हावं हे व्यक्त करण्यासाठी लेखणी राबवतो!''
थक्क होऊन मी सप्तर्षीची कहाणी ऐकत होतो. त्याचं नाव कौतुक हेही मला नावीन्यपूर्ण वाटलं होतं. त्याचाही त्यानं खुलासा केला. तो म्हणाला,
''माझं खरं नाव विश्वनाथ. मी जेव्हा हे ग्रीटिंग कार्ड्‌सचं काम सुरू केलं तेव्हा वाटलं की एकट्याला झेपेल असं हे कार्य नाही. मग मी 'कौतुक' ह्या नावाची संस्था स्थापन केली. दुर्गेस नावाच्या एका भल्या अंत:करणाच्या माणसाची मला अजोड साथ मिळाली. संस्थेसाठी आम्ही खार ह्या प्राण्याचं प्रतीक निवडलं. लेटरहेड्‌स छापून घेतली. आमच्यासारख्याच छोट्या माणसांकडून होणारं मोठ्या कलावंताचं कौतुक म्हणजे सेतू बांधण्याच्या कामात खारीची मदत-ह्या अर्थानं आम्ही खारीचं चित्र सिम्बॉल म्हणून निवडलं. संस्थेतर्फे पहिला सत्कार प्रभाकर पेंढारकरांचा केला. महाराष्ट्रावरच्या डॉक्युमेंटरीचे ते दिग्दर्शक होते आणि त्यांना दिल्ली सरकारकडून पुरस्कार मिळाला होता. दुसरा सत्कार विजय तेंडुलकरांचा व्हायचा होता. पण प्रत्येकाला कामं होती. त्यात माझा जिवाभावाचा मित्र दुर्गेश अपघातात वारला. त्याच्या सोन्यासारख्या संसाराला दृष्ट लागली. आमची संस्था संपुष्टात आली. मी यथाशक्ती ते काम चालू ठेवलं.''
''खूप मोठं कार्य करताहात!''
''मराठी रंगभूमीवर दिनकर ढेरे नावाचा असामान्य नट होऊन गेला. तो कामण्णाची भूमिका अशी अप्रतिम करायचा की शेवटी त्याचं नाव दिनकर कामण्णा असंच पडलं. तसं आता संस्थेचं नाव मला पडलं आहे.''
''भूमिकेचं किंवा संस्थेचं नाव व्यक्तीला मिळणं ह्याहून मोठा सत्कार, त्या व्यक्तीचा, कुणाला करता येईल का?''
''खरंच विचाराल तर मला सत्काराची अपेक्षा नाही. तुम्ही स्वत: लेखक आहात, मुलाखत टाइप प्रश्न विचारायला मला आवडत नाही. तरी विचारतो, लेखनामागचा तुमचा हेतू सांगू शकाल का?''
मी लगेच सांगितलं,
''मी माणूस शोधतोय.''
''आजवर भेटला की नाही?''
''अनेकदा भेटला. नाना स्वरूपात भेटला. कधी खऱ्या स्वरूपात, कधी खोट्या, तर कधी संपूर्ण स्वरूपात, पुष्कळदा तो निसटलाही. ह्या माणसानं मला कधी रडवलं, कधी हसवलं, कधी भुलवलं, कधी हरवलं, कधी फुलवलं, कधी थकवलं, कधी बेचैन केलं, कधी अंतर्मुख...''
''तरी तुमचा शोध...''

मी माणूस शोधतोय! । ११

"चालूच आहे आणि चालूच राहणार, माझा पेशन्स दांडगा आहे. ह्याचं श्रेयही पुन्हा माणसांनाच आहे. वाट पाहत राहण्याची माझी ताकद माणसांनीच वाढवली आहे आणि सप्तर्षी, आता अलीकडे काय वाटतं सांगू का?"

"अवश्य!"

"क्रियापदांना अर्थच नसतो. मागचा माणूसच काय तो अर्थपूर्ण. क्रियापदाची भीती संपली की माणूस हवाहवासा वाटतो."

"काळे, प्रत्येक शोधाचा काही निष्कर्ष असतो. सिद्धांत असतो, तुमचा सिद्धांत..."

"शोध पूर्ण झालेला नाही, पण निष्कर्ष सापडला आहे."

"सांगाल?"

"जरूर. जगात चांगल्या माणसांची संख्या जास्त आहे."

माझ्या कादंबरीचा प्रकाशन-समारंभ थाटानं पार पडला. कौतुक सप्तर्षी कार्यक्रमाला आला. वि. र. गोडे आणि मी, आमच्यामध्ये उभं राहून कौतुक सप्तर्षीनं फोटो पण काढला. त्या फोटोची प्रत मी मुद्दाम त्याला पाठवली. त्याच्या निरपेक्ष कार्याचं पुन्हा कौतुक केलं. त्याच्यासाठी मी काय करावं हेही मी त्याला पत्रातून विचारलं. मला पाठवलेल्या चार ओळींच्या उत्तरात त्यानं लिहिलं, "माझी कुणाकडूनही कशाचीही अपेक्षा नाही. इच्छाच विचारणार असाल तर सांगेन, की माझं जर काही कमीजास्त झालं आणि त्या दिवशी तुम्हांला सवड असेल, तर माझ्या शेवटच्या यात्रेत दहा पावलं माझ्यासाठी चाला."

पत्र वाचून माझं मन भरून आलं. पत्राखाली सप्तर्षीनं आपला संपूर्ण पत्ता दिलेला होता.

त्यानंतरच्या माझ्या वर्षवाढदिवसाला त्याचं पत्र आलं. मी त्याला मागच्या वर्षीपासून पत्राखाली पत्ता लिहिण्याची सक्ती केल्यामुळे चांगलं झाल्याचं त्यानं कळवलं होतं. सुमारे दीडशे-दोनशे माणसांनी कौतुक सप्तर्षीचं त्याच्या ह्या उपक्रमाबद्दल कौतुक केलं होतं. आभार मानले होते. त्या सर्वांचं क्रेडिट त्यानं माझ्या पदरात टाकलं होतं.

आता वर्तमानपत्रांतून झळकणाऱ्या मोठमोठ्या समारंभांच्या फोटोत, बड्याबड्यांच्या सहवासात सप्तर्षीचं दर्शन घडू लागलं. स्वत:चा फोटो यावा हा त्याला छंद होता. त्यासाठी मैत्री, नाट्यसंस्था ह्यांच्या छायाचित्रकारांशी सप्तर्षीनं मैत्री जोडली होती. ते ते छायाचित्रकार नेमकी वेळ साधून सप्तर्षी फोटोत येईल अशी व्यवस्था करीत.

आणि एके दिवशी वर्तमानपत्रात ती धक्का देणारी बातमी जाड टाइपात प्रसिद्ध झाली. कौतुक सप्तर्षीला अपघात झाला होता. डबल डेकर बसनं उडवलं होतं. प्रत्येकजण स्वत:च्या तंत्रानं वर्षानुवर्षं रस्ता क्रॉस करतो. अपघात होईतो हे तंत्र चुकीचं होतं असं कुणी मान्य करीत नाही.

मी सप्तर्षीला भेटायला गेलो. सप्तर्षी बेशुद्धावस्थेत होता. त्याला भेटायला येणाऱ्यांची वॉर्डमध्ये रांग लागली होती.

दुसऱ्या दिवशी 'मराठा'त कौतुक सप्तर्षीला किती मंडळी भेटायला येऊन गेली त्या सर्वांची कॉलमभर नावं प्रकाशित करण्यात आली.

चार ते पाच दिवस तो बेशुद्धावस्थेत होता.

सहाव्या दिवसापासून त्याच्या प्रकृतीला आराम पडू लागला. आठव्या-दिवशी त्याला हुशारी वाटायला लागली. मी पुन्हा भेटायला गेलो तेव्हा तो गप्पा मारायच्या मूडमध्ये होता.

"तुम्ही लोकांनी मला वाचवलंत."

"आम्ही म्हणजे कुणी?"

"गेल्या आठ दिवसांत माझ्यासाठी किती मोठ्या लोकांना हॉस्पिटलमध्ये यावं लागलं त्याची यादी मी वाचली. वाईट वाटलं."

"त्यात काय मोठंसं? तुम्ही गेली अनेक वर्षं ह्या सर्वांवर प्रेम केलंत. त्यांनी ते ह्या रितीनं व्यक्त केलं."

"काळे, मी सर्वांवर प्रेम केलं ह्यात नवं किंवा खास असं काय केलं? तुम्हा सर्वांची योग्यता फार मोठी आहे. कलावंत समाजाची जेवढी सेवा करतो, रंजन करतो. समाजाला कुणी हसवतो, फुलवतो, तेवढं पुण्य आणखी कुणी करू शकणार नाही. अगदी ह्या क्षणी अनेक लेखकांची पुस्तकं हजारो वाचकांच्या हातात असतील. पाडगावकर, शांताबाई शेळके, माडगूळकर ह्यांची गीतं घरोघरी ह्या क्षणी गायली, ऐकली जात असतील. लता, आशा, रफी, मुकेश ह्यांच्या रेकॉर्ड्स अख्ख्या भारतात आत्ता वाजत असतील. नाट्यगृहांतून नामवंत नटसंचाचा आविष्कार हजारो प्रेक्षक एकाच वेळी अनुभवत असतील. ही सर्व पुण्यवान मंडळी कुठं-मी कुठं? ह्या थोर कलावंतांना मी सातत्यानं शुभेच्छा देत आलो. गेली बावीस वर्षं. जनसेवा, मनोरंजन हा त्यांचा पुरा न होणारा सेतू आणि मी खारीएवढा..."

सप्तर्षी दमला. मी त्याला पुढे बोलूच दिलं नाही. जरा वेळ विश्रांती घेऊन तो पुन्हा बोलणार तेवढ्यात मी त्याला थांबवलं,

"तुम्ही स्वस्थ पडा."

"आजच बोलून घेऊ दे. सगळं बोलून टाकलं की मला बरं वाटेल. तुम्ही

वेळात वेळ काढून दुसऱ्यांदा आलात. बरं वाटलं. माझ्यासाठी कुणीही येणार नाही अशी मला भीती वाटत होती. आता ती उरली नाही. माझा तात्याराव व्हायचा नाही.''

''म्हणजे काय?''

''तात्याराव नंतर जास्त जगला नाही. तो केव्हातरी रस्त्यातच गेला. त्याचं प्रेत तीन दिवस प्रेतागारात पडून होतं आणि शेवटी बेवारशी म्हणून त्याची विल्हेवाट लावण्यात आली. मी तात्यारावांचा मुलगा. अंगात कोणतीही कला नाही. किडेमुंग्या जगतात-मरतात तसा मी. ह्या अवाढव्य पसाऱ्यात माझी आल्या-गेल्याची निशाणीसुद्धा राहायची नाही, अशी सारखी भीती मनात होती. जनमनावर राज्य करू शकणाऱ्यांचं कौतुक वाटायला लागलं. मग त्यांच्या चिंतनात, लेखनात स्वत:ला गुंतवून घ्यायला लागलो. एखाद्या कलावंतानं दोन दोन तपं साधना करावी, तसं मी बावीस वर्षं...''

''सप्तर्षी, तुम्ही आता पडून रहा. कसलाही विचार करू नका. तुम्ही अगोदर बरे व्हा.''

''होईन किंवा होणारही नाही. मला आता मरणाची भीती वाटत नाही. मी मेलो तरी जगणार आहे. घराघरांतून स्वत:चे, समारंभांचे फोटो जो तो मरेपर्यंत जपणारच आहे. तितकी वर्षं मीही घराघरातून जगणारच आहे. मी तसा मरणार नाही... तसा मरणार.. '' बोलता बोलता त्याला वात झाला. तो हातवारे करू लागला.

डॉक्टर आले. त्यांनी कसलंसं इंजेक्शन दिलं.

त्यानंतरच्या तिसऱ्या की चौथ्या दिवशी सप्तर्षी वारला. त्याचं नशीब असं बलवत्तर की, 'वाऱ्यावरची वरात'च्या प्रयोगासाठी पु. ल. मुंबईत होते. माडगूळकर, सुधीर फडके, विनायकराव सरस्वतेंच्या घरी भेटले. नाट्यमंदार, चंद्रलेखा सगळ्या संस्था मुंबईतच होत्या.

कौतुक सप्तर्षीची यात्रा त्याच्या अपेक्षेप्रमाणे प्रचंड निघाली. मंत्र्यांनी दुखवट्याचे संदेश पाठवले. यात्रेचे फोटो घेतले जात होते. कौतुक सप्तर्षीचीच ती यात्रा असल्यानं, त्या घेतल्या जाणाऱ्या फोटोतही तो स्वत: होताच.

एका खारीची ती प्रचंड यात्रा पाहून मी दिपलो होतो आणि मुग्ध होऊन त्या यात्रेबरोबर चालत होतो. एक माणूस सापडता सापडता हातून निसटला होता.

❖❖

हप्ता

प्रेमात पडलो होतो तेव्हा मी नीलिमाची जेवढी वाट पाहत नव्हतो तेवढी आज कृष्णाजी विष्णू दोंदेची पाहत होतो. ऑफिसात तो पाच टेबलं सोडून सहाव्या टेबलापाशी, पण माझ्या मागं बसतो.

माझी खुर्ची मी उलट दिशेनं वळवून ठेवली. सारखं मागं किती वेळ वळून बघणार?

केळकर म्हणाले,

"वाटेल त्या परिस्थितीत तो पावणेअकराच्या अगोदर येणारच."

"कशावरून?"

"आज मी त्याला हप्ता देणार आहे. गाड्या वाटेत थांबल्या तर रुळावरून पळत येईल, पण इथं पावणेअकराला पोहोचेल."

मी दोंदेच्या रिकाम्या खुर्चीकडे पाहत राहिलो. मग मला पाहत बसायचा कंटाळा आला. मग पुन्हा एकवार मी झारापकरांचं हॅंडबिल ड्रॉवरमधून काढलं. सुलभ हप्त्यात काय काय मिळत होतं ह्याच्या चित्रांनी तो कॅटलॉग भरलेला होता. त्या निरनिराळ्या वस्तूंबद्दल वादच नव्हता. प्रश्न होता हप्त्यांचा. झारापकरांनी झोकात 'सुलभ' म्हणून छापलेलं होतं.

पण 'सुलभ' कुणाला? त्यांना का हप्ता भरणाऱ्यांना-हे मात्र छापलेलं नव्हतं. 'प्रसूती' शब्दामागे नुसता 'सुलभ' ह्या विशेषणाचा वापर केल्यानं प्रसूती सुलभ होते काय?

नंतरचे हप्ते भरू कसेतरी.

पण पहिली 'कळ' पाचशे रुपयांची होती.

आणि ही पहिली कळ सुसह्य वाटावी एवढ्याचसाठी दोंदे यायला हवा होता. अक्सीर इलाज तोच होता.

पहिलटकरीण असो किंवा सातवी-आठवी खेपवाली असो. सुटका करायला दोंदे धावला नाही असं घडलेलं नव्हतं.

आज माझी खेप होती.

मी दोंदेकडून प्रथम कर्ज घेणार होतो.
त्याच्याकडे शब्द टाकायचा की नाही हे मात्र ठरत नव्हतं. दुसरा मार्ग नव्हता. तेव्हा त्याच्याकडे जाणं भाग होतं. ह्या बाबतीत पुन्हा एकवार चार-पाच खेपा झालेल्या केळकरांचा सल्ला घ्यावा म्हणून मी उठलोच.
''केळकर...''
''या.''
''अजून मनाचा निश्चय होत नाही.''
''मागा हो, काय फिकीर करताय?''
''पण तो विक्षिप्त आहे ना?''
''काहीसा.''
''म्हणजे तो काय करतो?''
''ते मी सांगणार नाही. त्याच्याशी तुम्ही प्रत्यक्ष बोला. त्यात जरा गंमत आहे.''
तेवढ्यात दोंदे आला. केळकरांनी मला घड्याळ दाखवलं. दहा वाजून बेचाळीस मिनिटं झाली होती.
बरोबर पावणेअकरा वाजता केळकरांनी दोंदेना एक पाकीट दिलं.
दोंदे समाधानानं हसले.
मी अजून माझी जागा सोडली नव्हती. इथूनच दोंदेचं निरीक्षण करीत होतो. ज्याला सोल्जर कट म्हणतात किंवा क्लोज क्रॉप म्हणतात तसे केस कापलेले. ते वाजवीपेक्षा जास्त कापल्यानं-ताठ सैनिकासारखं मेंदूचं रक्षण करीत उभे राहिल्यासारखे दिसायचे. अंगात फिकट निळ्या रंगाचा, ओपन कॉलरचा, बिनइस्त्रीचा शर्ट. खाली बिनइस्त्रीचा लेंगा. पायात खास कोल्हापुरी चपला. दोंदेच्या चपला हाही एक खात्यात चर्चेचा विषय होता. दर वर्षी एक मार्च आणि एक ऑक्टोबर रोजी कोल्हापूरहून त्याचा एक नातेवाईक चपला घेऊन यायचा. पुडकं ताब्यात दिलं की तो न बोलता जायचा. त्याला दोंदेनं कधीही चहाचा कप दिल्याचं आम्ही कुणी पाहिलं नाही. तो गेला की दोंदे शिपायाला हाक मारायचा. चपलांचा जोड आणि एक कागदाची पुडी घेऊन तो जायचा. कागदाच्या त्या पुडीत पांढऱ्या रंगाचे चमकणारे रिबेट असत. दोन्ही चपलांना रिबेट्स मारायचं काम ऑफिसबाहेरच्या चांभाराचं असायचं. ते रिबेट्स मारल्यानंतर दोंदे चपला वापरीत असे. त्याच्या ह्या कार्यक्रमात गेल्या बारा वर्षांत खंड पडला नाही. गेल्या बारा वर्षांत आम्ही साध्या पँटच्या कापडाच्या बाबतीत, पनामा, वर्स्टेड वुलन, गॅबर्डीन, टेरिकॉट, टेरिलिन, टेरिवुल, रेमंड, पॅरगॉनवरून स्ट्रेचलॉनपर्यंत प्रवास केला. पण दोंदे होता तिथंच राहिला. मुळजी जेठा मार्केटमध्ये तो वर्षातून एकदा जात असे. पांढऱ्या आणि निळ्या

रंगाचा तागा घेऊन तो येत असे. सहा निळे शर्ट आणि सहा लेंगे एवढं झालं की उरलेल्या कापडाचं तो काय करीत असे ह्याचा कधी पत्ता लागला नाही. आणि असा हा कृष्णाजी विष्णू दोंदे आम्हा तमाम मित्रांचा नव्हे-खात्याचा सावकार होता. कुणालाही लोन देणाऱ्या ह्या व्यक्तीचं नाव, खात्यात दोंदे नसून लोन्दे पडलेलं होतं.

दोंदे व्यवस्थित स्थानापन्न झाला.

मग मी उठलो.

त्याच्या टेबलाशी गेलो.

कामाचं स्वरूप जाणून दोंदे म्हणाला,

"ती खुर्ची ओढून घ्या."

मी खुर्ची ओढून घेतली.

"मला..."

"लक्षात आलंय. किती हवेत?"

"पाचशे."

"मिळतील. कधी हवेत?"

"उद्या-परवा..."

"उद्या म्हणजे उद्या आणि परवा म्हणजे परवा. तुम्हांला कधी हवेत!"

"उद्या द्या."

"सकाळी, दुपारी का संध्याकाळी?"

"दोंदे, अहो त्यात असा काय फरक होतो?"

मी हसलो. पण दोंदेचा चेहरा पाहून एकदम गप्प झालो.

"सकाळ, दुपार आणि संध्याकाळ ह्यात काहीच फरक नाही?"

"म्हणजे तसं नाही..."

"कधी हवेत?"

"सकाळी."

"किती वाजता?"

"बारा वाजायला पाच मिनिटं कमी असताना."

"मिळतील."

मी माझ्या जागेवर आलो. केळकर माझ्याकडे पाहून हसत होते.

मी प्रत्युत्तर दिलं.

दुसऱ्या दिवशी वाघांनी विचारलं,

"चहाला येता का?"

"चला."

कँटिनमध्ये गेलो. चहा घेऊन खाली येईपर्यंत सव्वाबारा वाजले. जागेवर येऊन पाहतो तो टेबलावर चिठ्ठी-
'तुमचे पाचशे रुपये वीस मिनिटांपूर्वी तयार होते.'
जीभ चावत मी दोंदेंना भेटायला गेलो.
"उद्या या."
"I am sorry."
"उद्या या."
"बरं."
मी जाऊ लागलो.
"किती वाजता?" त्यांनी म्हटलं.
"अकरा वाजता."
"ठीक आहे."

आणि तीही वेळ मी पाळू शकलो नाही. त्यात माझी काही चूक नव्हती. मशीद बंदरला गाडी थांबली ती पंचवीस मिनिटं तिथंच.
मी धापा टाकत खात्यात आलो. जागेवर पिशवी ठेवली. दोंदेना भेटायला गेलो. "तुम्हांला मी कर्ज देऊ शकणार नाही."
"माझं ऐका तरी..."
"मला वेळ नाही."
"कर्ज नका देऊ, पण घडलं ते तर ऐका."
"मशीदला गाडी पंचवीस मिनिटं उभी राहिली हेच ऐकायचं ना?"
"म्हणजे तुम्ही माझ्या अगोदर दोनच मिनिटं आलात ना? सुटलो!"
असं म्हणत मी खुर्ची ओढली आणि दोंदेच्या समोर बसलो. माझ्याकडं कोरड्या नजरेनं पाहत, कोरड्या आवाजात दोंदे म्हणाले,
"मी इथं बरोबर अकरा वाजता आलोय. दिलेली वेळ पाळायची म्हणून मी मशीदला उतरलो. गाडी सुटत नाही म्हटल्यावर बाहेर आलो, टॅक्सी केली आणि इथं आलो. समजलं?"
मी शरमलो तरी बोलून गेलो.
"अहो पण एवढं काय?- ही मुंबई आहे."
"म्हणून मी तुम्हांला कर्ज देऊ शकणार नाही. स्वत:ला पैसे हवे असतानाही जो माणूस वेळ सांभाळू शकत नाही तो माणूस पैसे परत करतानाही असाच वागणार. ज्याला सकाळ, दुपार, संध्याकाळ ह्यांतही फरक वाटत नाही, त्यांचा भरवसा कुणी द्यावा?"

मी न बोलता उठलो. माझ्या जागेवर आलो.

संध्याकाळी दोंदेनं मला हाक मारली. मी घड्याळ पाहिलं. पाच वाजले होते.
शंभराच्या पाच नोटा दोंदेनं माझ्या हातात दिल्या.
मी थँक्स म्हणालो.
''परत कसे करणार?''
''महिना पन्नासप्रमाणे. चालेल?''
''चालेल. हप्ता कोणत्या तारखेला देणार?''
''दर महिन्याची तीन तारीख.''
''थांबा.''
असं म्हणत दोंदेनी कॅलेण्डर काढलं आणि ते म्हणाले,
''अजून अकरा महिन्यांनी म्हणजे सप्टेंबर महिन्यात तीन तारीख रविवारी येते.''
''त्या महिन्यात दोन तारखेला देईन.''
''बघू.''
मी जायला निघालो. त्यांनी थांबवलं.
''तारीख ठरली वेळ?''
''दर महिन्याच्या तीन तारखेला दुपारी तीन वाजता.''
''ठीक आहे.''

दोंदेनी दिलेले पाचशे रुपये मी लगेच झारापकरांना दिले आणि त्यांनी दिलेलं
वॉशिंग मशीन घेऊन झोकात आमच्या चाळीत प्रवेश केला.
हां हां म्हणता शेजारीपाजारी जमले. वॉशिंग मशीनवर उलटसुलट चर्चा सुरू
झाली. 'तुमच्या मिस्टरांना विलक्षण हौस आहे.'–असं एक वाक्य कानावर
आलं. अस्मादिकांच्या श्रुती धन्य झाल्या. मग भगिनीमंडळाचा रोख वॉशिंग
मशीनवरून एकमेकींच्या नवऱ्यांकडे वळला आणि तुलनेनं अस्मादिकच वर
आहेत ह्याच्या धडाधड पावत्या मिळाल्या.

दुसऱ्या दिवशी ऑफिसात लंचमध्ये गप्पा रंगल्या.
केळकरांनी प्रारंभ केला –
''काल ह्यांचंही शेपूट तुटलं.''
''हो का? किती रुपयाला?''-मोघे.
''पाचशे.''
मी सांगितलं.

"काय घेतलं?"
देवधरांनी विचारलं.
"वॉशिंग मशीन."
"हप्त्याची तारीख ठरली का?"
"अरे नुसती तारीख विचारू नका. वेळ तिथी-सगळं विचारा."
"त्याचेच पैसे वापरून त्याचीच चेष्टा करतोस काय मोघ्या?"
"चेष्टा असं नाही."
"मला दोंदेचं पटतं."
"काय कपाळ पटतं?"
"तो म्हणतो ते खोटं आहे का? तुम्ही बँकेकडून कर्ज घेता तेव्हा साक्षीदाराच्या सह्या, शुअरिटीज, सगळ्या भानगडी करता. दोंदेची अट म्हणता येईल अशी एकच. ती म्हणजे वेळ पाळणे. काय गैर आहे त्यात?"
"बरोब्बर, एकदम बरोब्बर."
"गेल्या बारा वर्षांत हा माणूस बदलला नाही. काय नवल आहे?"
"तर काय."
"सगळं ठरलेलं, आखलेलं. गाडी, डबा, बाक, खिडकी, सगळं तसंच."
"कुठे राहातो रे?"
"डोंबिवलीला."
"एकदा गेलं पाहिजे."-
मी मध्येच म्हणालो,
"कशाला?"
"त्याचं घर बघायची इच्छा आहे."
दोंदे आला तशी चर्चा थांबली.

आणि एका रविवारी, मी, मोघे, केळकर, पोतनीस आणि गडकरी सगळे डोंबिवलीला गेलो. दोंदेला धक्का द्यायचा म्हणून आम्ही त्याला आगाऊ सूचना दिली नव्हती.
अचानक पाच पाहुणे पाहिल्यावर तुमची-आमची कितीतरी पळापळ होते, 'अग कोण आलंय पाहिलंस का?' -ह्या स्वरूपाची आरोळी स्वयंपाकघराच्या दिशेनं जाते.
दोंदे शांत होता.
त्यानं एक सतरंजी पसरली.
आम्ही बसलो.

२० । मी माणूस शोधतोय!

दोन खोल्यांचा संसार. बाहेरची खोली चौदा बाय दहाची असावी पण संपूर्ण खोलीत रिकामी जागा म्हणता येईल अशी जेमतेम तीन बाय चौदा एवढीच होती आणि ती म्हणजे दोन दरवाजांना जोडणारा जो एक पट्टा तयार होतो, तेवढीच. बाकी सगळी खोली कपड्यांच्या गाठोड्यांनी भरलेली होती. कपाट नावाची वस्तू घरात नव्हती. कोपऱ्यातल्या पलंगावर कपडे, खुर्चीच्या पाठीवर कपडे, खिळे, खुंट्या, फळ्या-सगळीकडे कपडे, पुस्तकं, गुंडाळलेल्या गाद्या, ट्रंका, डबे, केरसुणी, औषधाच्या बाटल्या अशा नाना तऱ्हेच्या वस्तूंनी घर भरेललं होतं. पलंगावर ठेवलेल्या उशा, सतरंज्या, ब्लँकेट्, चादरी. ह्यांतून बचावलेल्या जागेत दोंदेचा चार-पाच वर्षांचा मुलगा झोपला होता. त्याच्या अंगावर पांढरा लेंगा, निळा शर्ट होता आणि केसही बापासारखेच कापलेले होते.

तीन-चार मिनिटांतच त्या खोलीत मळमळायला लागलं. संसाराला प्रारंभ झाल्या दिवसापासून, संसारोपयोगी ज्या ज्या वस्तू घरात आल्या त्या त्या सर्व त्या दिवसापासून त्याच जागी असाव्यात असं वाटत होतं.

आणि तरीही दोंदेचं आयुष्य कुठं बिघडलेलं नव्हतं.

"काय आज डोंबिवलीत कुणाकडं?"

दोंदेनं सगळ्यांकडे पाहत विचारलं.

"दोंदे, कमाल करताय?-आमचं इथं आहे कोण?"

गडकरीनं विचारलं.

"अरे, मग एवढ्या लांब आलात तरी कसे?"

"ह्याचा अर्थ आम्ही तुमच्या घरी आलो आहोत."

"छे! छे! असं कसं होईल?"

"का? त्यात अशक्य काय?"

"तसं असतं तर तुम्ही काल ऑफिसात बोलला असतात."

"मग तुम्हांला चकित करता नसतं आलं."

दोंदे त्यावर काही बोलला नाही.

तेवढ्यात त्याची बायको बाहेर आली आणि आम्ही चपापून एकमेकांकडे पाहिलं. एक रत्न खरोखर उकिरड्यावर पडल्यासारखं वाटलं.

"तुझी ओळख करून देतो."

ती थांबली.

दोंदेनं आम्हा सर्वांची ओळख करून दिली, म्हणजे आमची आडनावं तिला सांगितली.

सर्वांना नमस्कार करून ती आत गेली.

बाहेरची खोली मग आणखीनच भयानक वाटायला लागली. दोंदेशी संभाषण वगैरे भानगड नव्हतीच. रीतिरिवाजाप्रमाणे आम्ही दहा मिनिटं चहाची वाट पाहिली. त्याचीही काही संशयास्पद हालचाल दिसेना तेव्हा आम्ही उठलो. दोंदेनं आम्हांला लगेच 'अच्छा' म्हणून निरोप दिला.

गाडीत, गाडीच्या वेगाबरोबर आमच्या गप्पा रंगल्या. मधे कोणती स्टेशनं येत होती, जात होती ह्याचा आम्हांला पत्ता लागत नव्हता.
"केळकर, जिना चढल्याबरोबर समोर शेगडी पेटवत ती बाई बसली होती..."
"कागदामागून कागद जाळीत होती तीच ना..."
"तीच, तीच, ती हीच होती."
"ह्याचा अर्थ ह्या प्राण्याच्या घरात गॅस पण नाही?"
"नसणारच."
"आणि अशा माणसाला असं रत्न मिळावं?"
"इसको कहता है तकदीर!"
"च्यायला, आपल्याला अशी बायको असती तर आपण तिला पलंगावरून खाली उतरूनच दिली नसती. तिनं नुसता हुकूम करायचा, चोवीस तास सेवा केली असती!"
"दोंदेही सेवा करीत असेल?"
"for god-sake त्याचं नाव काढू नकोस. पलंगावर बसायला जागा तरी होती का?"
"साला, चहाचा कप नाही?"
"त्यात एवढा काय चिडतोस?- आपण एवढ्या लांब काय चहा प्यायला आलो होतो?-आपल्याला त्याचं घर पाहायचं होतं- ते पाहिलं!"
"चहा विचारणं त्याचं कर्तव्य नव्हतं?"
मोघेला ही बाब फारच लागून राहिली. त्याचं स्टेशन येईपर्यंत तो एकच प्रश्न विचारीत होता-
"चहा पण नाही?"

दोंदेच्या चेहऱ्यावर दुसऱ्या दिवशी काहीही फरक नव्हता. काल आपण चहाचं पाणीही ह्या मंडळींना दिलं नाही ह्याची कुठंही खंत नव्हती.
आम्हांलाही काही दिवसांनी त्याचं काही वाटेनासं झालं. दोंदेचा व्यवसाय व्यवस्थित चाललेला होता. साडेतीन टक्के व्याजाचं ओझं वाटायचं नाही. दोंदे कुणाला तरी म्हणाला होता,

"मी एवढंही व्याज घेतलं नसतं, पण फुकट वस्तूला काही किंमत नसते- म्हणून हे नाममात्र व्याज!"

वेळ सांभाळणं हे मात्र त्याचं विलक्षण खटलं होतं. हप्त्याची तारीख असली आणि तो रजेवर असला तर हप्त्यासाठी तो डोंबिवलीहून ऑफिसला यायचा. एवढ्यासाठीच त्याची ती शिस्त देण्याच्या बाबतीत काहीही करून सांभाळायची हे मीही ठरवलं होतं.

ज्या महिन्यात तीन तारखेला रविवार येत होता तो सप्टेंबर आला. आदल्या दिवशी शनिवार. मला दोदेनं तीन तारखेचं स्मरण दिलं नाही.

मी केळकरांना विचारलं. ते म्हणाले,

"असे अस्वस्थ होऊ नका. तो तुमच्या घरी तीन वाजता येऊन हजर होईल."

"अस्सं?"

"पहाच तुम्ही. तुमच्याकडे तेव्हा कदाचित आणखी कुणी आलं असेल. ती मंडळी गेल्यावर आपण दोंदेचं पैसे देऊ असं तुम्ही मनात म्हणत असाल. पण दोंदे तोवर थांबायचा नाही. बरोबर तीन वाजता तो मागणी करील."

"आणि मी आपण होऊन पैसे पुढे केले तर?"

तरी तो गप्प बसायचा नाही. तो सर्वांच्या समोर 'आता किती हप्ते राहिले' ह्याचा उच्चार करील.

मी जरा विचारात पडलो. केळकरांनी मला खुणेनंच कसला विचार करताय म्हणून विचारलं,

"त्याला त्रास पडू नये म्हणून आपणच डोंबिवलीला जावं का, ह्याचा विचार करतोय."

"असं? मग असं करा..."

"बोला."

"तुम्ही उद्या सहकुटुंब माझ्या घरी जेवायला या!"

"ठाण्याला? माय गुडनेस."

"त्यात काय? ट्रिपसारखं यायचं. जेवा आणि डोंबिवलीला जाऊन या- संध्याकाळी शांतपणे घरी जा!"

योजना तशी वाईट नव्हती.

मी 'हो' म्हणालो.

ठरल्याप्रमाणे आम्ही सर्व केळकरांकडे गेलो. ट्रिप समजूनच घरातून लवकर बाहेर पडलो. सकाळी नऊ वाजता आम्ही त्यांच्या दारात हजर. आश्चर्य आणि आनंद दोन्ही सावरीत सावरीत तमाम केळकर कंपनीनं आमचं स्वागत केलं.

चहापाणी होईपर्यंत केळकरांनी उत्साहानं एकेक गोष्टी दाखवायला प्रारंभ केला. फ्रीज, मिक्सर, वॉशिंग मशीन त्याशिवाय बारीकसारीक नित्योपयोगी वस्तूंनी केळकरांचं घर सुसज्ज होतं.

सगळ्या वस्तू दाखवून झाल्यावर केळकर म्हणाले,

''ही सगळी दोंदेची कृपा!''

केळकरांची बायको म्हणाली,

''कृपा कसली त्यात...? साडेतीन टक्के व्याज घेतो आणि ठरलेल्या दिवशी सैतानासारखा दारात उभा राहतो!''

''आता असते एकेकाची शिस्त-''

''म्हणूनच वहिनी, मी आपण होऊन डोंबिवलीला चाललोय.''

''तुम्ही असं करा-''

केळकर म्हणाले.

''बोला...''

''तुम्हांला जेवण झाल्यावर डोंबिवलीला जायचा कंटाळा येईल आणि दुपारी तोच एखादेवेळी तुमच्या घरी जायला निघेल तेव्हा तुम्ही आत्ता जा आणि एक वाजेपर्यंत परत या!''

''वा, झकास आयडिया! तसंच करतो.''

माझं जाणं अनपेक्षित होतं.

दोंदे घरात नव्हता.

दोंदेच्या बायकोनं थांबायला सांगितलं. खोली जशी होती तशीच होती.

ह्या अशा अवतारात ह्या माणसांना वेड कसं लागलेलं नाही, हेच मला कळत नव्हतं. खरं घरातल्या बायकांना नीटनीटकेपणाची निसर्गत: आवड असते. तर इथं एवढा समसमा संयोग आहे?

हिशोब आणि वेळ पाळणं ह्या दोन बाबतीत इतका चोख असणारा दोंदे एरवीच्या आयुष्यात इतका गबाळा?

वाट पाहून मी हाक मारली.

ते लावण्य दरवाजाच्या चौकटीत येऊन थांबलं.

''मला फक्त ठरलेला हप्ता द्यायचा होता.''

''ते आल्यावर द्या. त्यांचा व्यवहार तेच पाहतात.''

''ठीक आहे, थांबतो मी.''

''आणखी एक सांगायचंय, ते सांगू का!''

''अवश्य.''

''घरात गॅस असता तर हे यायच्या आत चहा केला असता. शेगडी पेटवून

चहा होईपर्यंत हे येतील आणि मग कातावतील.''

मी नुसती मान हलवली.

''गैरसमज करून घेऊ नका.''

''मला थोडीशी कल्पना आहे.''

दोंदे आले.

''केव्हा आलात!''

''एवढ्यात आलो.''

मी पैसे पुढं केले. त्यांनी घेतले.

''दोंदे एक विचारू?''

''पुन्हा पैसे हवेत?''

''छे! छे! निराळंच विचारणार होतो.''

''विचारा.''

''मी कशासाठी मागतोय ह्याची तुम्ही चौकशी केली नाहीत?''

''माझा काय संबंध.''

''वा...''

''तुम्ही बँकेतून पैसे काढता तेव्हा कॅशियर तुम्हांला असं काही विचारतो का?''

''ते निराळं...''

''त्याचं असं आहे, व्यसनी माणसांना त्यांच्या व्यसनाची चौकशी केलेली आवडत नाही, हे मला माहीत आहे.''

''व्यसनी म्हणजे?''

''म्हणजे तुम्ही-आणि तुमच्यासारखे सगळे.''

मला दोंदेच्या ह्या विधानाचं आश्चर्य वाटलं. रागही आला. पण मी राग दिसू दिला नाही. नाहीतर तो पुढं काही बोलला नसता.

''माझ्या लक्षात आलं नाही.''

''सोडून द्या. कशाला उगीच चर्चेत वेळ घालवायचा?''

''नाही दोंदे, विषय निघालाच आहे तर तो संपवायला हवा. तेव्हा व्यसनी कोण ते सांगा आणि त्याआधी व्यसन म्हणजे काय ते सांगा.''

''अहो, व्यसन म्हणजे अगदी रंडीबाजी किंवा बेदम पिणं नव्हे. तुमची तेवढी ताकदच नाही. पण मिस्टर, हे दोन्ही परवडलं. तुम्हा सर्वांची ह्या पलीकडे केस आहे.''

''आम्ही सगळे?''

''सगळे. ऑफिसातले आणि इथले शेजारचेपाजारचेसुद्धा. तुम्हा लोकांना ह्या वयातच चळ लागलेला आहे आणि हे तुमचं व्यसन सर्वांत वाईट आहे ह्याचं

कारण तुम्हा मंडळींनी ह्या व्यसनाला फार गोंडस नाव शोधलं आहे.''
मी नुसता पाहत राह्यलो. दोंदे म्हणाले,
''तुम्हा सर्वांना काळाबरोबर धावायचं व्यसन लागलेलं आहे आणि त्याला तुम्ही 'हौस' नावाचा गोंडस शब्द शोधलेला आहे. ज्या व्यसनाला तुडवलं पाहिजे. त्याचं सगळे गोडवे गातात. अरे, काय आहे? आज म्हणजे गॅसचा शोध लागला, आणा गॅस. उद्या प्रेशर कुकर, तो आणा. मग काय फ्रीज, तोही घ्या. अरे काय चाललंय काय?- गॅस, कुकर, मिक्सर, फ्रीज, टेलिव्हिजन, नॉनसेन्स!''
मी हसायला लागलो.
''हेच व्यसन ना? चालेल. दोंदे तुम्ही रागावलात तरी चालेल. पण केव्हातरी एकदाच आम्ही हे का करतो माहीत आहे नाही ह्याचाही विचार करा.''
''बायको नावाच्या एका प्राण्याला खूष ठेवण्यासाठी ना?''
मलाही आता चेव आला. हा प्राणी आता आज बोलणार तेव्हा आपणही बोलून घेऊ या. कुठंतरी त्याचं घर, राहण्याची पध्दत, पसारा, सुंदर बायकोवर तो करीत असलेला अन्याय...ह्या सगळ्याचा राग होताच.
मी म्हणालो,
''ह्यात नुसतं खूष करण्याचा मुळीच प्रश्न नाही. इतर अनेक हेतू आहेत.''
''सांगा.''
''दोंदे, आमच्यापैकी बहुतेकांच्या बायका शिकलेल्या आहेत. माझी बायको इंटरपर्यंत शिकली आहे. केळकरची बायको बी. ए. आहे. राजवाडेच्या बायकोच्या हिंदी-मराठीच्या सगळ्या परीक्षा झालेल्या आहेत. ह्या बायकांनी दिवसातला नव्वद टक्के वेळ स्वयंपाकघरात घालवायचा काय?''
''संपलं? एवढंच?''
दोंदेनं शांतपणे विचरलं. मी गप्प होतो. दोंदे म्हणाले,
''ह्या सुखसोयींनी तुम्ही त्यांना अप-टु-डेट स्वयंपाकघर बनवून दिलंत. आता एक सांगा, त्यांच्या ह्या वाचलेल्या वेळेचा त्यांनी तुम्हांला काय उपयोग करून दाखवला? किती बायकांनी त्यांचं ज्ञान वाढवलं?-जनरल नॉलेज वाढवलं?- किती वेळा तुमच्याशी किंवा तुमच्याकडे येणाऱ्या पाहुण्यांशी बौद्धिक पातळीवर वादविवाद करून दाखवले?-किती पुस्तकं वाचली?-त्यांना राजकारण किती समजलं?- सांगाल?-नाटकं, अश्लील सिनेमे, साड्यांचा सेल, दुसऱ्या बाईची निंदा, इतर माणसांच्या भानगडी, नटनट्यांची लफडी... ह्या पलीकडे तुमच्या बायका कधी काही बोलल्या का?''
माझ्याजवळ उत्तर नव्हतं. मी गप्प राहिलो. ते म्हणाले,

"माझी बायको बी. ए. झालेली आहे. पण कुवत तेवढीच. तो बी. ए. चा अहंकार नको म्हणून पहिल्या दिवशी शेगडी पेटवताना पहिला कागद म्हणून ते सर्टिफिकीट मी तिला जाळायला लावलं. वर्तमानकागदासारखंच ते सर्टिफिकीट जळलं. बी. ए. छाप होता म्हणून जाळ काही जास्त झाला नाही. असं असतं! सगळे कागद सारखेच. त्याला अहंकार चिकटला की त्याचं सर्टिफिकीट होतं. चार माणसांत राहायचं म्हणजे काही काही गोष्टी कराव्या लागतात ह्या बुरख्याखाली आपण स्वत:ला आयुष्यभर विकून टाकतो. समाजाचा आधार वाटायच्या ऐवजी रीतिरिवाज सांभाळायला लावणारं ते एक लोढणं आहे असं वाटतं. वेळीअवेळी चहा करण्यापासून अनेक गोष्टी हा समाज आपल्याला करायला लावतो. खोटं आहे का सांगा? घरात मॉडर्न गोष्टी हव्यात त्याही समाजासाठीच. तेव्हा ह्यात काही अर्थ नाही. विष्णुपंत म्हणायचे..."

"विष्णुपंत कोण?"

"माझे वडील. ते म्हणायचे नेहमी... अर्थात त्यांच्या मित्रांना... की लेको, तुमची राहणी अशी की एखाद्याला तुमच्या कपड्याकडे, घराकडे पाहून असं वाटतं की लक्षावधी रुपयांचा हा धनी असावा. कुणी शंभर रुपये उसने मागितले- तुमचा हा रुबाब पाहून- तर तुम्हांला उर्ध्व लागेल. समाजाच्या डोळ्यांत अशी रे का धूळ फेकता?-असं विष्णुपंत म्हणायचे. आता मला सांगा, काय खोटं आहे त्यात?- जाऊ द्या. बोलून दाखवायच्या गोष्टी नाहीत या. तुम्ही तरी शांतपणे का ऐकून घेताय... तर आज माझ्याजवळ..."

दोंदेचं वाक्य अपुरं राहिलं म्हणून मला बरं वाटलं. तेवढ्यात त्यांच्याकडे कुणीतरी आलं. खोलीत येता येता, दंतपंक्ती विचकत तो कुणी म्हणाला, "म्हटलं तुमची वेळ चुकता कामा नये. हँ: हँ: हँ: !"

"बसा."

दोंदे रुक्षपणे म्हणाला.

मी निरोप घेतला.

दुसरा दिवस, हे सर्व आठवत मी घालवत होतो. आजवरच्या असंख्य सोमवारांपैकी तो एक सोमवार होता. कालचा आमचा रविवार केळकरांकडे झकास गेला होता. कालची दोंदेची मुलाखत लक्षात राहाण्यासारखी होती. कागदाला अहंकार चिकटला की त्याचं सर्टिफिकीट होतं हे त्याचं वाक्य आमच्या ग्रुपनं उचलून धरलं होतं.

संध्याकाळचे पाच वाजत होते. ऑफिस सुटायला अद्यापि अर्धा तास अवधी

होता. पण तरीही ऑफिस सुटणार असल्याचे वेध प्रत्येकाला लागलेले दिसत होते.

दोंदेच्या टेबलापाशी असाच कुणी एक वायद्याप्रमाणे त्याला पैसे देत होता. त्याने वेळ पाळली ह्याचा आनंद दोंदेच्या चेहऱ्यावर आणि आणखी एक हप्ता फिटला ह्याचा आनंद फेडणाऱ्याच्या चेहऱ्यावर.

कर्जाच्या बाबतीत कुणीतरी असं म्हटलं होतं की, कर्ज काढणं म्हणजे भलामोठा दगड शिखरावरून पायथ्याकडे ढकलून देणं आणि काढलेलं कर्ज फेडणं म्हणजे तोच भलामोठा दगड, ढकलत ढकलत त्या प्रचंड डोंगराच्या शिखरावर पुन्हा नेऊन ठेवणं.

मी त्या अनुभवातून नुकताच जात होतो, गेलो होतो. माझे हप्ते फिटले होते. हौस फिटली नव्हती. शेवटचा हप्ता पुढच्या महिन्यात भरला की दोंदेकडून मी पुन्हा रक्कम उचलणार होतो. सध्याच्या दिवसांत गरजेच्या वस्तूंसाठी पगार पुरवावा लागत होता. मग हौस आणि गरज दोन्ही भागवायचं असेल तर! तर काय?

तर जय दोंदे आणि जय झारापकर.

मी दोंदेकडे पाहिलं तर तो टेबलावर डोकं टेकून चक्क झोपलेला. त्या कुणी माणसानं दिलेल्या नोटा तशाच हातात. एक तर दोंदेसारखा माणूस ऑफिसात झोपणं अशक्य! आणि हातात नोटा ठेवून. त्याही ठरलेल्या हप्त्यातल्या ठेवून-तर त्याहून अशक्य. केव्हातरी तर गडकरीनं विनोदही केला होता,

ह्या लेकाच्याचं कधी हार्टफेल झालं तर शेवटी कोरॅमिनचं इंजेक्शन न देता नुसतं कानात 'दोंदे, हप्ता' एवढंच ओरडा. हा उठून बसेल.'

मी माझ्या जाग्यावरूनच त्याला हाक मारली. त्यानं त्या हाकेची दखल घेतली नाही. केळकरांनी पाहिलं. ते 'ऑ' करून उठलेच आणि दोंदेकडे धावले. मग मीही धावलो. मग टेबलाला टेबलं जोडण्यात आली. दोंदेला त्यावर निजवण्यात आलं.

अर्थात उपयोग काहीच झाला नाही.

हातातला हप्ता हातातच ठेवून कृष्णाजी विष्णू दोंदेनी यात्रा संपवली होती. पोस्टमार्टेमसारखे-कॉरोनर-वगैरे सोपस्कार टाळायचा आम्ही शिकस्तीनं प्रयत्न केला. पण जमला नाही.

दिवस कुणासाठी थांबत नाहीत, तसे ते दोंदे गेल्यावरही थांबले नाहीत. माणसाला निर्लज्ज म्हणावं, कोडगा म्हणावं की सहनशील म्हणावं?

दोंदे असण्याची जशी सवय होती तशी तो नसण्याचीही झाली. तीन तारीख

आली. तेव्हा मला शेवटच्या हप्त्याची आठवण झाली. मी पुन्हा तेवढ्यासाठी डोंबिवलीला जायचं ठरवलं होतं. बरोबर बायको येणार होती.

त्या घरातला अवाढव्य पसारा पाहण्यासाठी.

दोंदेच्या घरी गेलो आणि दारातच थांबलो.

पोटात कोपर खुपसत बायकोनं विचारलं.

"काय हो?"

"मी काय सांगणार?"

माझ्यासमोर-नव्हे-मी एका चकचकीत पॉलिश केलेल्या दरवाजासमोर उभा होतो. त्या दरवाजाला संपूर्ण रोझवुड व्हिनिअर लावलेला होता. मध्यभागी इटालियन मेकचा व्ह्यू फाईंडर, डिंगडाँग बेलचं पांढर स्वच्छ पुश बटण आणि दारावर इरावती दोंदे अशी चकचकीत ॲनोडाईझ्ड पाटी.

मी बेल वाजवली.

आतून कुत्र्याचं भुंकणं ऐकू आलं. दाराशेजारच्या खिडकीचा पडदा हलला आणि एका पांढऱ्या स्वच्छ पामेरियन कुत्र्यानं लडिवाळपणे गुरगुरायला सुरुवात केली. दार उघडलं गेलं.

"या."

खोलीतला थाट-कायापालट आम्ही पाहत राहिलो. वर्णन काय करावं? कशाकशाचं करावं?

चारही भिंतींना वॉलपेपर लावला होता. पेलमेट्-पडदे होतेच. फॉल्स-सिलिंग केल्यानं आता वरचं छप्पर-वासे दिसत नव्हते. कोपऱ्यात टेपरेकॉर्डर, चेंजर, दोन स्पीकर्स. त्याशिवाय टीव्हीसुद्धा होता.

ही एकूण एक खरेदी एकाच महिन्यातली होती ह्यात वाद नव्हता.

दोंदे गेल्यावर मी त्यांना शांतपणे असा प्रथमच भेटत होतो.

दोंदेचा विषय काढण्यात काही अर्थ नव्हता. ज्या कामासाठी आलो होतो त्या कामाव्यतिरिक्त अन्य विषय बोलणं अशक्य होतं. तेवढी जवळीक नव्हती. शेवटी काम आहे ते बोलायचं म्हणून मी खिशातून पैसे काढले आणि म्हणालो.

"वहिनी..."

त्यांनी पाहिलं.

"आम्ही शेवटचा हप्ता..."

तोच त्यांनी आम्हांला नमस्कार केला.

"का हो, काय झालं?"

बायकोनं विचारलं.

“मला आता काही वर्षं हा शब्दही ऐकायची इच्छा राहिलेली नाही. हप्ता, कर्ज, उसने... असं काही ऐकलं की, खरंच सांगते मळमळायला लागतं.” इरावतीनं अंगावर शहारा आल्यासारखं केलं. आम्ही पाहत राहिलो.

माझ्या बायकोकडे पाहत इरावती म्हणाली,

“मी कुणाला सांगायला गेले नाही गेल्या चौदा वर्षांत. तशी वेळच आली नाही. आजही वेळ आली आहे अशातला भाग नाही. पण मागचं सगळं देणं चुकवायचं म्हणून सांगते. गेलेल्या माणसाबद्दल वाईट बोलायचं नसतं. पण हे हयात असतानाही चांगलं बोलणं अशक्य होतं त्यांच्याबद्दल, म्हणून सांगते. आहार, निद्रा, भय, मैथुन ह्या चार तत्त्वांवर चालणारी जीवसृष्टी आणि दोंदे ह्यांच्यात काहीही फरक नव्हता. जेवायचं, झोपायचं, इच्छा झाली की मला छळायचं आणि आपला पैसा जाणार नाही ना ह्या भयापोटी सगळ्यांना दूर ठेवायचं. पै पै जोडायची. ह्या घरात कुणाचाही हात ओला झाला नाही. माझ्या माहेरच्या माणसांना चहाचा कपही ह्या घरात मिळालेला नाही. आज ह्या क्षणी दोन मुलांशिवाय मला कुणी उरलेलं नाही. मुलं निसर्गाचा क्रम म्हणून वाढली. पण त्यांची मनं वाढली नाहीत. बुद्धीची वाढ झाली नाही. ती बहुश्रुत झाली नाहीत. चौदा वर्षं ती फक्त कर्ज, व्याज, हप्ता एवढेच शब्द ऐकत आली. अंगावर कपडा पांढरा आणि निळा. जाऊ दे! मला आता झपाट्यानं हे सगळं विसरायचं आहे. मी तुम्हांला घर दाखवते. आपण दुसरं काहीतरी बोलू या.”

आम्ही स्वयंपाकघरात गेलो. तेही अद्ययावत सामानानं, वस्तूंनी नटलेलं होतं. दुसरं काही तरी बोलू या असं इरावती म्हणाली, पण पुन्हा आपोआपच तिचं दु:ख वर आलंच.

“आमचे सगळे भाडेकरी म्हणतात...”

“भाडेकरी?”

“तुम्हांला माहीत नाही?-ही सगळी चाळ आमच्या मामंजींची. त्यांच्यानंतर ह्यांना मिळाली. बावीस भाडेकरी आहेत. माणस सगळी चांगली आहेत, तरी कानावर काही काही आलंच.”

“काय म्हणतात?”

“मी एवढ्या तडकाफडकी सगळ्या गोष्टी करायला नको होत्या. म्हणजे त्यांच्या मते. मी काही बोलले नाही. मला जे करायचं ते मी केलं. दोंदे एका निराळ्या तऱ्हेनं जगाची पर्वा करीत नव्हते. मी एका निराळ्या तऱ्हेनं करीत नाही. बरं, ज्यांनी उद्‌गार काढले, त्यांच्या घरातल्या निम्म्या वस्तू आमच्याच कर्जातून घेतलेल्या आहेत, त्याचं काय?-घराघरातून गॅस आला तरीही मी कागद जाळीत शेगडी पेटवीत होते, त्याचं कुणाला काही वाटलं नाही. आता

घाई केली मी, असं का म्हणतात?"
"जाऊ दे वहिनी, माणसं अशीच असतात."
"मी मुळीच मनावर घेतलेलं नाही. सगळे म्हणतात मी घाई केली. मला माहीत आहे, मी चौदा वर्षं थांबले होते. लग्न झाल्यापासून मन मारीत ऐन तारुण्यात, ऐपत असताना..."
"जाऊ दे, आपण दुसरं काहीतरी बोलू."
सगळं घर पाहता पाहता मी एका फोटोजवळ थबकलो.
दोंदे? आणि सुटाबुटात?
"काय छान दिसतो हो ह्याला सूट? वापरत होता?-लग्नातला?"
"नाही. हीसुद्धा माझीच हौस. त्यांचा फोटो होता नेहमीसारखाच. निळा शर्ट आणि पांढरा लेंगा. मीच एका चित्रकाराकडून त्याचा सूट करून घेतला. माझी आवड मी एरवी त्यांच्यावर लादू शकत नव्हते."
त्यानंतर मात्र दोंदेचा विषय त्या घरात निघाला नाही. इरावतीनं नाना प्रकारचे पदार्थ खायला केले. काही वेळानं मुलं आली. तीही गप्पागोष्टींत सामील झाली. त्यांनी पुन्हा उत्साहानं सगळ्या गोष्टी दाखवल्या, गाणी लावून दाखवली. टेपरेकॉर्डरवर काय म्हणायचं ते न सुचल्यानं म्हंटलेले पाढे दाखवले. टीव्हीच्या कार्यक्रमाची वेळ नव्हती तरी नुसता प्रकाश आणि धावणाऱ्या काळ्या रेषा दाखवल्या. चौदा वर्षांचा कोरडा दुष्काळ संपलेला होता. माणूस आपल्या अस्तित्वानं किती अप्रिय होऊ शकतो ह्याचं ते एक विदारक उदाहरण होतं. ते घर आता फुललं होतं. मुलं सोडत नव्हती, पण निघायला हवंच होतं. आम्ही निघालो.
इरावती थेट जिन्यापर्यंत पोहोचवायला आली. निरोप घेताना ती म्हणाली,
"भूतकाळाशी नातं संपूर्ण तोडायचं ठरवलं तर ते मात्र जमत नाही. त्याची पावलं मागं पडत येतातच."
आणि एवढा वेळ ध्यानात न आलेली गोष्ट समजून मी इरावतीकडे पाहून अर्थपूर्ण हसलो. वैभवानं नटलेल्या त्या वास्तूमध्ये तिच्या अंगावर मात्र अगदी साधी निळ्या रंगाची वायल होती आणि अंगात पांढरा ब्लाऊज होता.

❖❖

अंतर

एकाच महिन्यानंतर प्राध्यापक चंद्रचूड त्या खेडेगावात पुन्हा येत होते. पण महिन्यापूर्वीच्या परिस्थितीत आणि आत्ताच्या परिस्थितीत जमीन-अस्मानाचा फरक होता. महिन्यापूर्वी ते आले होते ते मास्तरांच्या आग्रहाला बळी पडून - मास्तरांची चिकाटीनं वारंवार पत्रं आली म्हणून-त्या पत्रातल्या नम्र आणि आर्जवी भाषेला पुनः पुन्हा नाही म्हणता येईना म्हणून! वास्तविक मुंबई सोडून कुठंही बाहेरगावी न जाण्याचा चंद्रचूडांचा शिरस्ता. त्यांच्या ह्या स्वभावाचं अनेकवार प्रत्यंतर येऊनही त्यांना बाहेरगावी आमंत्रणांवर आमंत्रणं यायची. चंद्रचूड कोणत्याही आमंत्रणाला नकार कळवीत. त्यांचा हा नकार अपेक्षित असायचा आणि तरीही त्यांना या म्हटल्याखेरीज अनेकांना राहावायचं नाही. त्याचं प्रमुख आणि एकमेव कारण म्हणजे चंद्रचूडांची विद्वत्ता. त्यांचं व्यक्तिमत्त्व आणि साहित्यात त्यांनी मिळवलेलं अढळपद अनेकांनी त्यांचा हेवा करावा, अनेकांनी त्यांच्यावर भाळावं असं. त्यांच्या मिठ्ठास बोलण्यावर पुरुष बेभान व्हायचे, मग बायकांची काय कथा! बायकांची जी कथा असते नेहमीची तीच चंद्रचूडांच्या बाबतीत पण होती. बायका त्यांच्यावर फिदा होत्या आणि चंद्रचूड बायकांवर फिदा होते. ह्याबाबत त्यांची तशी ख्याती होती. पण पुन्हा चंद्रचूड सामाजिक कार्यात उतरले की लोक भारावून जायचे. त्यांच्या इतर बाबींचा त्यांना विसर पडायचा. त्यांची विद्वत्ता तेव्हा अशी काही तेजानं पसरायची की लोक त्या दर्शनानं अवाक् व्हायचे. प्रत्यक्ष सरस्वतीचं दर्शन घडावं असा भास ऐकणाऱ्यांना व्हायचा आणि चंद्रचूडांवर आशक होणाऱ्यांची संख्या नकळत वाढायची.

खुद्द चंद्रचूडांना स्वत:च्या ह्या छंदाबद्दल काडीमात्र खेद नव्हता. ते त्याबद्दल गौरवानं म्हणायचे, 'माझी बुद्धिमत्ता हे जसं माझं वैभव आहे, तसंच बायकांनी माझ्या अवतीभोवती असणं हेही माझं वैभवच आहे. मी आपण होऊन कुणाच्याही मागं जात नाही. मला तेवढा वेळ नाही. पण आपण होऊन कुणी मला सामोरं आलं तर त्यांच्याकडे पाठ फिरवण्याइतका मी अरसिक नाही.'

३२ । मी माणूस शोधतोय!

त्यावर कोणी हितचिंतक म्हणत, ‘तुमची विधानं आणि भूमिका लोकांपर्यंत पोहोचत नाही. त्यांच्यापर्यंत जाते ती केवळ अपकीर्ती.’

चंद्रचूड त्यावर हिरिरीनं म्हणत, ‘पण लोक त्याबद्दल मला एकट्याला का दोषी धरतात? बायकांबाबत माझा हा लौकिक आहे ना? मग मला बायकांचा तुटवडा पडला पाहिजे. पण तसं होत नाही. माझ्या सहवासासाठी बायका हपापून जवळ येतात. मी दोन वाक्य बोललो तरी बायकांना तो त्यांचा गौरव वाटतो. जो समाज माझ्याविरुद्ध बोलतो त्याच समाजातून मला नित्य नव्या बायका केवळ घटकाभराच्या मौजेसाठी मिळतात. तेव्हा ह्या समाजाचं मला काही सांगू नका.’

चंद्रचूडांची ही विधानं एवढी तर्कशुद्ध आणि त्याहीपेक्षा एवढी खरी असायची की इतरांना त्यापलीकडचं काही बोलता यायचं नाही.

असं हे चंद्रचूडांचं जीवन-ह्या सर्व व्यापापायी, धावपळीपायी त्यांना बाहेरगावची आमंत्रणं म्हणजे संकट वाटायचं. तरी आमंत्रणांचा पाऊस पडायचा. लोक पुन:पुन्हा बोलवायचे आणि पुन:पुन्हा निराश व्हायचे.

पण प्रत्येक नियमाला अपवाद असतो असं म्हणा किंवा आणखीन काही म्हणा, मास्तरांच्या आमंत्रणाला चंद्रचूड नाही म्हणाले नाहीत. म्हणजे त्यांचा इलाजच चालला नाही. मास्तरांचं हस्ताक्षर पाहून ते अगोदर काही काळ स्तंभित झाले. नंतर त्यातली भाषा पाहून ते चकित झाले. त्यातला आर्जवी आणि भाबडा स्वर त्यांना कुठंतरी अस्वस्थ करून गेला; तरीही पहिल्या एक-दोन पत्रांना चंद्रचूडांनी भीक घातली नाही. पत्रं येत राहिली. चंद्रचूड जिंकले जाऊ लागले. त्यांनी शेवटी ‘येतो’ म्हणून कळवलं.

अशा रीतीनं ते महिन्यापूर्वी आले होते आणि आज मात्र ते आपण होऊन आले होते. पण ह्या येण्यात आणि त्या येण्यात जमीन-अस्मानाचा फरक होता. महिन्यापूर्वी ह्या गावात त्यांनी एखाद्या सम्राटाप्रमाणे प्रवेश केला होता. ते एवढंस गाव त्यावेळी ह्या मानकऱ्याला मुजरा करण्यासाठी उतावीळ झालं होतं. सरस्वतीच्या ह्या थोर उपासकाची आपल्या हातून काहीतरी सेवा घडावी म्हणून प्रत्येकजण धडपडत होता. खुद्द मास्तरांची तारांबळ तर विचारायला नको. त्यांच्या आयुष्यातला भाग्योदयाचा काळ म्हणजे चंद्रचूडांचं आगमन, ह्या श्रद्धेनं ते चंद्रचूडांसमोर वावरत होते आणि खुद्द चंद्रचूडांचं संमेलनातील अत्यंत रसाळ, आवेग-आवेशयुक्त, विद्वत्तापूर्ण भाषण ऐकून तर मास्तर अक्षरश: उपरण्यानं वारंवार डोळे पुसत होते. एवढा मोठा गाढा विद्वान आपल्या पत्रांच्या

मारानं इथं आला, आपल्याला त्यांचा सहवास घडावा ह्या स्वार्थापायी आपण या महात्म्याला क्लेश दिले-वगैरे वगैरे. अनेक विचारांनी मास्तर तेव्हा घायाळ झाले होते आणि आता आज, कुणालाही न कळवता, कोणतेही उपचार, सोहळे न होता चंद्रचूड मुकाट्यानं गावात येत होते. गेले महिनाभर त्यांनी जो मनस्ताप भोगला त्याला उपमा नव्हती. भूक नसताना जेवायचं, नुसतं लोळत पडायचं, पण झोपेचं वरदान नाही. असा एकही व्यवसाय ते करू शकले नाहीत की ज्यात त्यांचं मन रमलं. मित्र येत होते, जात होते, गप्पा होत होत्या; पण त्यात रंग नव्हता. हास्यविनोद घडत होते, पण त्यात रस नव्हता. फार कशाला, नेहमीच्या बायकांबरोबर खेळ झाले, पण त्यात ती उत्कटता नव्हती.

हे सर्व का व्हावं?

महिन्यापूर्वीची मास्तरांच्या गावची ट्रिपच त्याला कारणीभूत होती. त्या दोन दिवसांच्या सहलीनं चंद्रचूडांना त्यांच्या अख्ख्या भूतकाळाचा नव्यानं विचार करायला लावला का? कसं? कुणामुळं हे घडलं...?

चंद्रचूडांना सगळं समजलं होतं.

रातराणीचा सुगंध पलंगावर लोळता लोळता उपभोगू शकतो, पण तुळस वृंदावनातच राहते. तिच्यापुढं आपल्याला उभंच राहावं लागतं. ह्या संकेताला चंद्रचूडांनी हरताळ फासला असं त्यांचं मन त्यांना सांगत होतं. आपण सगळ्या घरात बूट घालून फिरलो तरी देवघरात बूट घालून जात नाही. त्याप्रमाणे आपल्या मनाच्या गाभ्यातही एक गाभारा असतो. तिथंही आपण बूट घालून वावरत नाही. चंद्रचूडांच्या हातून या संकेताचं उल्लंघन झालं होतं. जेव्हा ज्योत्स्नाला पहिला स्पर्श झाला तेव्हा- ओठांवर ओठ टेकले गेले तेव्हा- मास्तरांच्या त्या अंधाऱ्या खोलीत, ज्योत्स्नानं सारवलेल्या जमिनीवर जेव्हा दोन मनं ही दोन मनं राहिली नाहीत तेव्हा. दोन देह जेव्हा दोन देह उरले नाहीत तेव्हा- बरोबर एकाच महिन्यापूर्वी हे घडलं तेव्हा...

हे जेव्हा घडलं तेव्हा काहीच वाटलं नव्हतं. उलट चंद्रचूडांना तो गौरव वाटला होता. कुठंतरी गर्व पण होता तो ह्याचा की भूक लागलेल्या माणसाला आपण पंचपक्वान्नं देतो त्याचा. तृषार्ताची तृषा आपण भागवतो त्यावेळचा गर्व. ज्योत्स्नाच्या चेहऱ्यावरचं समाधान पिऊनच ते परतीच्या मोटारीत बसले होते. अपराधीपणाची जाणीव झाली ती मात्र मुंबईला आल्यावर. पुन्हा तसल्याच सोहळ्यातून जाताना एकाएकी चंद्रचूडांना थकवा आला. मिठी सैल पडली. संकेतक्षणापूर्वीच वासना विटली. पूर्तीच्या क्षणाआधीच.

सगळं जीवन अळणी झालं.

चंद्रचूडांना वाटून गेलं की, सगळीकडे वापरलेले फासे आपण इथं टाकायला नको होते. आपली विद्वत्ता डागळली गेली. केवळ स्त्रीत्वाचाच उपमर्द नाही झाला तर पौरुषाचाही पराभवच झाला. लांच्छनास्पद मीलन.

ह्या मनस्तापावर एकच औषध.

ह्या अपराधाला शासन हवं आणि ते शासनही मास्तरांनी करायला हवं. त्याखेरीज हा डोंब शांत व्हायचा नाही. लाव्हारस उकळतो आहे शरीरात. मास्तरांचे कमीत कमी चार वाग्बाण, एखादा कुत्सित कटाक्ष, एवढ्यानं अंत:करण शांत होईल. एवढ्यासाठीच चंद्रचूड आज ह्या खेडेगावात पुन्हा आले होते. स्वत:साठी शासन घेण्यासाठी.

मास्तर आता घरात भेटणार नाहीत. समोर ज्योत्स्ना येईल. कमरेला खोचलेला पदर ती गडबडीनं सोडेल. शालीनतेनं तोच पदर ती दोन्ही खांद्यांवरून ओढून घेईल. तिची नजर खाली वळेल आणि ती ओठांतल्या ओठांत पुटपुटेल, "आपण...? आत्ता ...?"

ह्या दोनच शब्दांत आश्चर्य असेल आणि तेवढाच अमाप आनंद असेल. ह्या दोनच प्रश्नांत ती पुष्कळ काही बोलेल.

महिन्यापूर्वी ह्या दोनच प्रश्नांनी तिनं आपलं स्वागत केलं होतं.

"आपण...? आत्ता–?"

हे प्रश्न तिनं आपल्याला महिन्यापूर्वी विचारले.

जिल्ह्याच्या गावाहून मास्तरांना अचानक बोलावणं आलं होतं. आदल्याच दिवशी आपण संमेलनाचा सोहळा गाजवून सोडला होता. मास्तरांच्या आग्रहाखातर आपण एक दिवस मुक्काम वाढवला होता अशी मास्तरांची समजूत होती. पण वस्तुत: आपण अडकलो होतो त्या दोन निरांजनांच्या ज्योतीत. एक शब्दही न बोलता ती निरांजनं सतत विनवीत होती- रहा, रहा, तुम्ही आलात आणि घरात चैतन्य आलं. तुम्ही आलात आणि घर हसायला शिकलं. तुम्ही आलात आणि ह्या घराला, माझ्या स्वयंपाकाला-अन्नपूर्णेच्या हाताची चव आहे हे समजलं. तुम्ही जाता-येता गुणगुणत आहात म्हणून, स्वरांची पण एक भाषा असते हे ह्या भिंतींना समजलं. सारवल्यावर आपण छान दिसतो हे जमिनीला समजलं. सारवलेल्या जमिनीवरच्या रांगोळीला प्रथम अस्तित्व जाणवलं स्वत:चं. आपण आरशासारखे ठेवले जातो ह्याची जाणीव इथल्या भांड्यांना प्रथम झाली. जेव्हा तुम्ही आपलं प्रतिबिंब त्यात पाहिलं तेव्हा -चंद्रचूड, चंद्रचूड, हे घर आयुष्यात पहिल्यांदा 'आयुष्य' म्हणून जगलं. तुम्ही

रहा आणखीन. माझे यजमान तुम्हांला सरळ सरळ रहा म्हणू शकतात, शब्दांनी. मी नजरेनं तेच सांगते, हालचालींनी तेच सुचवते. मौनाची जी काही भाषा असते - त्या मौनानं हेच विनविते - रहा, रहा. चंद्रचूड राहिले. मास्तर अख्खा दिवस हात उपरण्यात बांधून त्यांच्यासमोर वावरत राहिले आणि त्याच दिवशी जिल्ह्यातून निरोप आले. मास्तर दहा, शंभर, हजार वेळा चंद्रचूडांची माफी मागून निघाले. चंद्रचूड पाठोपाठ निघाले. पण स्टँडवरून मास्तरांची मोटार सुटली आणि पाठोपाठ दहाच मिनिटांनी सुटणारी चंद्रचूडांची मोटार, इंजिनमध्ये बिघाड झाला म्हणून सुटलीच नाही. चंद्रचूड परतले. दार ज्योत्स्नानं उघडलं आणि विचारलं,

"आपण? आत्ता?"

"जाऊ परत?" चंद्रचूडांनी विचारलं.

"छे! छे!" ज्योत्स्ना हे एवढ्या अधीरतेनं, गडबडीनं म्हणाली, की चंद्रचूडांना हसायला आलं. ते जाणून आपल्याकडे पाहताहेत हे ज्योत्स्नाला समजलं. ती लाजली. त्या वेळच्या तिच्या चेहऱ्यावरच्या निरनिराळ्या छटा पाहून चंद्रचूडांना वाटून गेलं की आपण आजवर दोनशेच्यावर कथा लिहिल्या, अनेक कादंबऱ्या लिहिल्या, पण आत्ताचे हे संमिश्र भाव आपल्याला एकदाही टिपता आले नाहीत. हे डोळ्यांतले अधीरे भाव, ओठांची मुरड, शालीनता, सोज्वळता, मुग्धता! छे! आपली सर्व साहित्यनिर्मिती, विद्वत्ता फुकट आहे. बस्स्, बस्स्! स्त्रीत्वाचे हे सर्व विभ्रम आजवरच्या आयुष्यात आपल्याला भेटलेच नाहीत. अनेक स्त्रियांच्या बाहुपाशात रात्री घालवून देखील आपण अस्पर्शित राहिलो. अनेक ओठांशी हितगुज करूनही आपले ओठ कोरडेच राहिले. आजवर शरीरावर फुललेले रोमांच हे रोमांच नव्हतेच. खरी स्त्री खरं म्हणजे आपल्याला भेटलीच नाही. ती आत्ता समोर उभी आहे.

चंद्रचूड तिथंच उभे राहिले. क्षण-दोन क्षण त्या दोघांची अशी समाधी लागली आणि दोघं भानावर आली. 'या ना!' – एवढंच ज्योत्स्ना म्हणाली. आत गेली. तुम्ही कसे परतलात हा प्रश्न जोस्त्नाला फार रुक्ष वाटला म्हणून तिनं विचारलाच नाही. चंद्रचूडांनी पण उल्लेख केला नाही. दोघं मौनाचे शेले पांघरून घरात बसली होती आणि हो, एकमेकांशी ती बोलत होती. केवळ ती दोघंच का, अख्खी वास्तूच बोलत होती.

जेवणं चूपचाप झाली. आदल्या दिवशीच्या पलंगावरच चंद्रचूड लवंडले. जरा वेळानं ज्योत्स्ना आली. खोलीत दिवा नव्हता. खिडकीतून आत पडलेल्या चांदण्यानं खोली न्हाऊन निघाली होती.

"तुम्ही दोन दिवस दमलात." चंद्रचूड म्हणाले.

''दमणुकीचं चीज व्हावं अशी पाहुणे मंडळी क्वचित् येतात.''

''निरुत्तर केलंत तुम्ही मला.''

''बिलकूल नाही. आपण केवढे थोर...''

''थांबा, कृपा करा माझ्यावर. पण ही मोठेपणाची भाषा मला ऐकवू नका. हा एवढा मोठेपणा केव्हा केव्हा शाप वाटतो मला. माणसं माझ्यापासून दूर पळतात ह्या मोठेपणापायी. मलाही जवळ येऊन देत नाहीत. आता मन विटून गेलंय पार. कुणीतरी जवळ बसावं आणि अगदी जिवाभावाच्या गोष्टी कराव्यात. ज्यात साहित्य नसेल, वाङ्मय नसेल, माझ्या मोठेपणाची भीती नसेल- अशा काही गोष्टी ज्या कदाचित पोरकट वाटतील- पण अशा गप्पागोष्टींचं मला आता वेड आहे, भूक आहे. जिथं पातळीची कृत्रिम बंधनं नसतील, दर्जा ह्या शब्दाचं बुजगावणं नसेल, असं कुणीतरी जवळ येऊन आणि म्हणेल. पण नाहीच, कदाचित काही म्हणण्याची गरज भासणारच नाही. असं कुणी जवळ येऊन बसणं- ह्यातच सगळं येईल.''

ज्योत्स्ना गप्प होती.

''तुम्ही गप्प का?''

''मी? गप्प आहे? नाही. खरं सांगू?''

''सांगा.''

''आपण आता जे काही बोललात ते मी बोलले. एक वेळ शब्द तुमच्या मालकीचे असतील पण त्यामागची भावना आपल्या दोघांची होती. माझं काहीच शिक्षण झालेलं नाही. मास्तर फार शिकलेत आणि आपण, मास्तरांपेक्षा शतपटीनं शिकलेले आहात. मी एवढंच सांगते, की मी शिकले असते तर असंच काहीसं बोलले असते. स्वत:चं ज्ञान क्षणभर बाजूला ठेवून, विद्वत्तेची शाल बाहेरच्या जगात ठेवून कुणी जर मला जवळ घेतलं, तर मलाही त्याची भूक होती, आहे.''

कोणत्या तरी भावनावेगानं ज्योत्स्ना एवढी बोलून गेली आणि एकाएकी ती सावध झाली आणि आपण कोणापाशी काय बोललो ह्याची जाणीव होऊन ती कावरीबावरी झाली. पण आता परिस्थिती हातात राहिली नव्हती. कदाचित त्या घसरत्या, असावध क्षणी काहीच घडलं नसतं. पण ह्या प्रसंगातून अनेकदा गेलेल्या चंद्रचूडांनी पुढाकार घेतला. त्यांच्या आयुष्यात हा पहिलाच प्रसंग असता तर ते चुपचाप बसले असते. पण ते पुढे झाले. कोणत्या तरी अंत:प्रेरणेनं ते पुढं झाले आणि मग धरणीकंपात सापडलेल्या इमारतीला कोसळणं हा एकच पर्याय उरतो तसं झालं. उपेक्षेनं, माया-ममतेच्या, प्रेमाच्या अभावानं आतून पोखरलेली ज्योत्स्ना जिव्हाळ्याच्या शब्दाच्या एका फुंकरीनं

कोसळली. चंद्रचूडांचा भक्कम आधार तिला मिळाला. दोन उपेक्षित मनांचं मीलन चांदण्यात न्हाऊन निघालं.

चंद्रचूडांना तेव्हा जाणवलं नाही की ह्याच चांदण्याचा पुढं वणवा होणार आहे. हा कैफ आपली झोप उडवणार आहे, चांदण्याचे हात नंतर आपल्याला सर्पाचे विळखे वाटणार आहेत...

पुन्हा ज्योत्स्नाच दरवाजा उघडणार आणि विचारणार आज,

"आपण? आत्ता?"

आज आता काय उत्तर द्यायचं?

पण ती वेळच आली नाही.

"आपण? आत्ता?"

हे प्रश्न विचारले गेले, पण ते ज्योत्स्नाकडून नाही, तर मास्तरांकडून. दार मास्तरांनी उघडलं. ज्योत्स्ना माहेरी गेली होती. तशाही परिस्थितीत चंद्रचूडांना फार दिलासा वाटला. मास्तरांच्या समोर उभं राहण्याची ते मनाची तयारी करून आलेलेच होते. ज्योत्स्नासमोर कसं उभं राहायचं हा प्रश्न जो अधूनमधून भेडसावीत होता तो आपोआप सुटला होता. मनातली मळमळ ओकून टाकायला निराळी जागा शोधण्याचा पण प्रश्न राहिला नव्हता. मनाची तयारी करून येऊनसुद्धा मास्तरांच्याकडे चंद्रचूडांना सरळ सरळ बघवेना. 'या, बसा' – असं मास्तरांनी म्हणताच वर मान न करता चंद्रचूड खुर्चीवर बसले. महिन्यापूर्वी ज्या स्वरात मास्तर बोलत होते त्याच स्वरात त्यांनी विचारलं,

"कसं काय येणं केलंत आमच्यासारख्यांकडं पुन्हा?"

चंद्रचूडांनी मास्तरांकडे पाहिलं आणि एवढा मोठा तो साहित्यिक, उत्तरासाठी शब्द शोधू लागला. मास्तरांच्या चेहऱ्यावरचं प्रश्नचिन्ह कायम होतं. पहिलंच वाक्य बोलायला जड जाणार आहे याची चंद्रचूडांना जाणीव होतीच. कोंडी फोडणं जरुरीचं होतं. चंद्रचूड म्हणाले,

"मुद्दाम आलो. निकडीचं काम निघालं म्हणून-"

चंद्रचूडांचा लोपलेला आवेश, पडलेला स्वर आणि काहीसा उतरलेला चेहरा पाहून मास्तर समजायचं ते समजले. त्याच शांत स्वरात ते म्हणाले,

"वा! आनंद आहे. चला कपडे बदला! तोंड हातपाय धुवा. आज आमच्या हातचा चहा घ्या. सौभाग्यवती माहेरी गेल्या आहेत."

"मास्तर..."

"चला, चला, काम करायचं आहेच. कामासाठीच जर आला आहात तर-"

पण चंद्रचूड थांबायला तयार नव्हते. पुन्हा सुरुवात कशी करायची हीच शंका भेडसावीत होती. अगतिकतेनं ते म्हणाले,

"मास्तर-"

मास्तरांनी बारकाईनं चंद्रचूडांकडे पाहिलं. गेल्या महिनाभरात ह्या माणसानं केवढा मनस्ताप सहन केला असावा ह्याचा मास्तरांनी अंदाज बांधला. ते समजावणीच्या स्वरात म्हणाले,

"चंद्रचूड, तुमच्या कामाची मला पूर्ण कल्पना आली आहे."

चंद्रचूड कासावीस स्वरात म्हणाले,

"मास्तर, शिक्षा सांगा. मी भोगायला तयार आहे, ऐकायला अधीर आहे."

मास्तर नुसते हसले, कुत्सितपणे नाही तर अगतिकतेनं.

"शिक्षा सांगा, मास्तर शिक्षा सांगा. मी अंतर्बाह्य जळतोय. गेला महिनाभर."

"म्हणजे पुष्कळच शिक्षा तुम्ही भोगलीत तर."

मास्तर शांतपणे म्हणाले.

विमनस्कपणे हातात हात गुंतवत, सोडवत चंद्रचूड म्हणाले,

"ती माझी मीच भोगली म्हणूनच अजून शांतता नाही वाटत. तेवढ्यासाठी इथवर आलो. तुमच्याकडून काही तरी शिक्षा घ्यायला."

"छे! छे! मी काहीच करू शकणार नाही. तुम्ही गेला महिनाभर जी शिक्षा भोगलीत त्यापेक्षा मोठी शिक्षा मलाच काय पण कुणालाही करता येणार नाही आणि दुसरं असं की, तुमच्यात आणि माझ्यात एवढं जबरदस्त अंतर आहे की तुम्हांला शिक्षा सांगण्यासाठी माझे अधिकार तुमच्यापर्यंत पोहोचू शकत नाहीत."

"असं कसं म्हणता? कसलं अंतर?"

मास्तर क्षणभरच थांबले. त्यांचा चेहरा तेवढ्या वेळात अनेक वेळा बदलला. मग काहीतरी सांगायचं अशा निर्णयाला येत ते म्हणाले,

"वस्तुत: मला हा विषय वाढवायचा नव्हता. कारण माझ्या हिशोबी तो संपल्यात जमा होता. पण आता सांगतो हे तुमच्यासाठी. तुम्ही जेव्हा मला 'येतो' म्हणून कळवलंत त्या दिवशी माझ्या भाग्याला सीमा नव्हती. एक अत्यंत थोर, व्यासंगी पंडित माझ्या घरी उतरणार, त्याचं आदरातिथ्य करण्याचं भाग्य माझ्या वाट्याला येणार याचा मला आनंद वाटला. तुम्ही त्याप्रमाणे आलात, इथं राहिलात. आपल्यातील दैवी प्रतिभेचा साक्षात्कार जेव्हा आपल्या भाषणात प्रत्यक्ष झाला, तेव्हा केवळ माझ्या इच्छेसाठी मी केवढ्या मोठ्या माणसाला राबवलं ह्याचे मनाला क्लेशच झाले. त्यानंतर तुमचा मुक्काम माझ्या अपरोक्ष वाढला आणि ती घटना घडली. मला ती न सांगता समजली. त्याच

वेळी प्रक्षोभाची पहिली लाट मनात उसळली, पण शिकलासवरलेला माणूस-संस्कारांनी बांधलेला आणि पदव्यांनी जखडलेला-ज्योत्स्ना अशिक्षित, चार बुकंही न शिकलेली, तिलाच फोडून काढावी असं वाटलं. पण घाबरलो. म्हटलं, ती म्हणायची, कोणत्याही अशिक्षित माणसानं जे काही केलं असतं अशा वेळी तेच ह्या शिकलेल्या मास्तरानं केलं. मग तुमचा विचार डोक्यात आला. तिथं मी फार लहान पडलो. तुमचं समाजातलं, साहित्यातलं स्थान एवढ्या उंचावर की, माझ्यासारखा पामर तुम्हांला काय शिक्षा करणार?''

चंद्रचूड मध्येच म्हणाले,

''हे मोठेपण मला जाळतंय मास्तर. मी कसला मोठा? मी तुमच्यासारखाच एक. मला शिक्षा सांगा, मी तुमच्यातला-''

मास्तर हसले आणि म्हणाले,

''चंद्रचूड, तुम्ही भ्रमात आहात. इथं माझी कुचंबणा झाली आहे. स्त्रीसौख्याच्या अभिलाषेबाबत मी जितेंद्रिय आहे. माझ्यावर पण बायका भाळल्या होत्या. नाही विश्वास बसत? शक्य आहे. एकच सांगतो - विद्वत्ता, देखणेपणा, लौकिक ह्यावर जशा भाळणाऱ्या बायका आहेत, तशाच साधेपणा, निर्लोभीपणा,, सद्गुणी आणि बावळट वाटला तरी सच्छील अशा माणसावरही जीव टाकणाऱ्या बायका आहेत जगात- पण मी चळलो नाही. या एकाच बाबतीत मी तुमच्यापेक्षा फार उंचीवर आहे, फार मोठा आहे. तुम्ही आमच्यासारखे नाही होऊ शकणार. तेव्हा तिथंही माझ्यासारख्या एवढ्या मोठ्या स्थानावरच्या माणसानं, तुमच्यासारख्या छोट्या माणसाला शिक्षा द्यायची हे मला शोभणार नाही. दोन्ही परिस्थितीत आपल्यातलं अंतर तेवढंच राहणार.''

''मास्तर, तुम्ही थोर आहात!''

''थोर तुम्हीही आहात, अगदी लहान पण तुम्ही आहात. हा निसर्ग आहे म्हणा किंवा नियती आहे म्हणा. नियती माणसाला कोणत्या तरी दालनात शिखरावर नेऊन पोहोचवते आणि त्याचा, त्या दिलेल्या उंचीचा हिशोब साधण्यासाठी, जीवनाच्या दुसऱ्या दालनात त्याच माणसाला अगदी सामान्य, अगदी क्षुद्र करून सोडते. एका माणसाला छोटा करून तो दुसऱ्याला मोठा करत नाही, तर एकाच माणसात ती त्याला इथं छोटा तर तिथं मोठा करते. जाऊ दे झालं-चर्चेत काही अर्थ नाही. मी फक्त तुमची उंची लक्षात ठेवली आहे. बाकीच्या गोष्टींशी मला कर्तव्य नाही. कारण त्या तुमच्या उंचीनं कळत-नकळत माझ्यावर उपकारच केला आहे!''

''उपकार?''

''होय. ज्योत्स्ना अशिक्षित असली तरी तिला तिच्या सौंदर्याची फार जाणीव

आहे. माझ्यापेक्षा आणखीन मोठा नवरा, आपल्या सौंदर्यानं आपल्याला सहज मिळाला असता असा भाव जाता-येता तिच्या चालण्या-बोलण्यात दिसतो. पण तेव्हापासून ती माझ्याशी जरा नम्रतेनं वागते. जाऊ दे ते पण. चला, हातपाय धुवा, विश्रांती घ्या व पहा मी चहा कसा करतो ते!''

चंद्रचूड बधीर मनानं मास्तरांच्या पाठमोऱ्या आकृतीकडे पाहत राहिले.

मधलं अंतर कापणं कठीण नव्हे तर अशक्य होतं.

हुतात्मा

युद्ध संपलं.
ऑफिसच्या वेळा पुन्हा पूर्ववत झाल्या.
शांततामय दैनंदिनी सुरू होताच, ह्या जीवनाची आपल्याला किती सवय लागलेली होती हे नव्यानं जाणवलं. रस्ते पुन्हा वाहनांनी भरले. फूटपाथवर फेरीवाल्यांच्या आरोळ्या घुमायला लागल्या. रस्ते पुन्हा एकवार दिव्यांनी लखलखले. युद्धाच्या वार्ता कमी होत गेल्या तशा नाटकांच्या जाहिराती वाढत्या आकारात दैनिकाची पानं व्यापू लागल्या. अशाश्वत अवस्था संपून, जीवन शाश्वतच आहे असं वाटू लागलं.
उरल्या फक्त आठवणी, आख्यायिका आणि ब्लॅकआऊटसाठी लावलेले तावदानांचे कागद.

शांतता निर्माण झाल्यानंतरचा हा दुसरा रविवार. आळसावलेली दुपार. जेवण होऊन तीन-साडेतीन तास उलटलेले.
खरं तर ही चहाची वेळ.
हवाही त्या मानानं थंड आहे. तरीही 'चहाऽऽ' अशी स्वयंपाकघराच्या दिशेनं आरोळी ठोकावीशी वाटत नाही.
कंटाळा आलाय!
की उबग?
त्याचाही उलगडा होत नाही.
नाहीच प्यायलो चहा तर काय होईल?
इतकी वर्षं पीत आलो. काय झालं?
कळेचना.
तेवढ्यात चाहूल लागली. कपबशी वाजली. वळून पाहिलं तर कांचन चहाचा कप घेऊन उभी होती.
"तुमची आरोळी येईल म्हणून वाट पाहिली."

४२ । मी माणूस शोधतोय!

"एवढ्यात मारणारच होतो."

वाक्य गेलं.

कसं गेलं पण? -मला हे बोलायचं नव्हतं. मग हे कोण बोललं?

ही बोलली सवय.

मुरलेली सवय.

कसली तरी चाकोरी आपण निर्माण केली. अगदी चहासारखं पेय पिण्याचीही चाकोरी. त्या चाकोरीला आपण मग शरण गेलो. इतके की आपल्या संमतीची पर्वा न करता ती आपल्या वतीनं निर्णय पण घेऊ लागली.

असंच असतं. आपण अकारण शरणागती किती वेळा पत्करतो हे ज्यानं त्यानं आठवावं.

मी नाही मुकाट्यानं समोर आलेला कप घेतला?

माणूस दुबळाच लेकाचा.

एखादाच अफाट जन्माला येतो.

नाही पण, तसंही नसावं. त्याचीसुद्धा अफाटपणाची चाकोरी बनत असेल.

त्याला छळत असेल.

छे! शिंचं काही कळेना.

दुपार आणखीनच कंटाळवाणी व्हायला लागली.

गॅलरीत आलो.

समोर पाहिलं. नेहमीचंच दृश्य. वारा मात्र छान सुटला होता. तो मात्र नवा वाटला. ह्या क्षणी अवतार घेतला आणि लगेच सुटला असा तो वारा वाटला. खांबाखांबाला लावलेलं पताकांचं छत जोरात खालीवर होत होतं. त्या पातळ कागदी पताका उडत होत्या. उडताना मजेदार आवाज करीत होत्या.

समोरच्या खांबाला बांधलेला फलक अद्यापि तसाच होता. त्याच्यावर चिकटवलेला रतन्याचा फोटो इथून मला स्पष्ट दिसत होता.

रतन्या...

छे! चुकलं.

हुतात्मा रतन शिंदे असं म्हणायला हवं.

इथंही पुन्हा सवय नडली. चाकोरी आडवी आली. मॅट्रिकपासून रतन्या ह्याच नावानं मी त्याला ओळखत होतो. त्याच्या नावामागं 'हुतात्मा' सारखं विशेषण... लोकं तरी ही असली विशेषणं कधी शिकली? कालपरवा रतन्याला भिणारी हीच का ती सगळी माणसं?

रतन युद्धात मारला गेला ही बातमी धडकली

आणि त्याचे फोटो घेऊन लोक रात्रभर नाचले. भाषणं झाली.
गल्लीचा दादा रतन्या, हुतात्मा रतन झाला.
मी आत आलो.
ड्रॉवर उघडला.
नाबरचं दोन ओळींचं कार्ड मी ड्रॉवरमधल्या इतर फापटपसाऱ्यातून शोधून काढलं.
''युद्ध संपलं. मोकळा झालो. जमलं तर रविवारी येईल.''
नाबरचं पत्र एवढंच होतं.
तो यायला हवा होता. उरलेला रविवार चांगला गेला असता.
रतन्याची चाकोरी बदलली ती नाबरनं.

मागच्या युद्धाची गोष्ट. युद्धाच्या वेळी म्हणण्यापेक्षा युद्ध संपल्यानंतरचीच म्हणायला हवी. नाबर असाच अचानक आला होता.
युद्ध संपलं होतं आणि युद्धाच्या रम्य वार्ता ऐकताना अंगावर शहारे येत होते, तर त्याच वेळी आपण सुरक्षित आहोत ह्याचं समाधानसुद्धा वाटत होतं.
आमच्या गप्पागोष्टी रंगात आलेल्या असतानाच बाहेर दंगल झाली. कुणाची तरी किंकाळी आणि पाठोपाठ काहीतरी फुटल्याचा आवाज.
सोडावॉटरच्या बाटलीचा आवाज माझ्या पूर्ण परिचयाचा होता.
नाबरच्या गप्पा थांबल्या आणि तो उठून उभा राहिला. मी त्याला बसवलं.
''बस रे, खास काही नसणार.''
''कुणीतरी विव्हळतंय ना!''
''तोही रोजचा प्रकार झालाय. आमचा हा एरिया इतका खराब आहे की इथं राहणं फार डेंजरस आहे. मवाल्यांचा अड्डा पलीकडेच आहे. एक दिवसाआड मारामाऱ्या चालतात.''
''पोलीस...''
''विसर बाबा. ते त्यांना सामील आहेत. तुम्ही मिलिटरीतली माणसं एरवी सुखी असता. युद्ध होईल तेव्हाच तुमच्या जिवाला भीती. आमचं तसं नाही. आम्ही कायम भेदरेलेले.''
''कशासाठी पण?''
''मवाल्यांचीच भीती आहे अशातला भाग नाही, पण सगळ्याची भीती.''
''काहीतरीच!''
''खोटं नाही बाबा. यादीच बघ रोजची. सकाळी सेंटरवर दूध मिळेल की नाही, रोजची लोकल वेळेवर येईल की नाही, गाडीतून सुखरूप ऑफिसात पोहोचू की

नाही, थापाड्या साहेब कधी उलटणार नाही ना, त्याशिवाय तो रिपोर्ट खराब करणार...''
''ही भीती पोकळ हं! अरे आपलं नाणं खणखणीत असलं तर कुणाची टाप आहे?''
''मेजरसाहेब, नाण्याचा खणखणीतपणा जाणायला वरचा अधिकारी जाणकार हवा. तो करप्ट असतो. त्याची खणखणीतपणाची व्याख्या निराळी असते.''
''सगळे ऑफिसर करप्ट नसतात.''
''करप्ट ऑफिसर देखील परवडला. खाल्लेल्या पैशाशी तरी तो इमानी असतो. एखादा बिनडोक जेव्हा वरची जागा बळकावतो तेव्हा तो हाताखालच्या माणसांनाच नालायक ठरवतो. निगरगट्टाचं नुकसान परमेश्वरही करू शकत नाही म्हणतात, त्याप्रमाणे सगळं ऑफीस अशा दगडाला शेंदूर फासून कुर्निसात करतं.''
''तू म्हणतोस तसं होतं खरं केव्हा केव्हा.''
''तुमच्या मिलिटरीत जेव्हा असा कामचुकार भेटतो तेव्हा काय करतात?''
''इट डिपेण्ड-''
''म्हणजे काय?''
''युद्धाच्या ऐन धुमश्चक्रीत कुणी असा वागला तर कोर्ट मार्शलही करतात.''
''म्हणजे?''
''थोडक्यात म्हणजे गोळी घालतात.''
''भाग्यवान आहात आमच्यापेक्षा. आम्हांला साहेब असा मतलबी, गळेकापू भेटतो आणि जिथं आम्ही राहतो तिथं एखादा दादा भेटतो.''
''तुम्ही लोक डरपोक आहात.''
''आम्हांलाच ब्लेम?''
''अर्थात. साहेबाचा आणि मवाल्याचा दोघांचाही बंदोबस्त करता येतो.''
''कसा?''
''एकत्र व्हायचं. ऑफिसात संप करायचा आणि इथं सगळ्यांनी मिळून ठोकून काढायचं.''
''मेजरसाहेब, हे सांगायला फार सोपं आहे. आमच्यात सूर्याजी पिसाळ कमी आहेत का?''
''एक्झॅक्टली! तुमचा दुबळेपणा हेच मवाल्यांचं किंवा साहेबलोकांचं भांडवल असतं. दोघंही रामोशीच. एक गल्लीत दादागिरी करतो, दुसरा ऑफिसात.''
''मेजर, तू सगळं खरं बोलतोयस. एखादा जालीम उपाय सांग ना!''
''मी सांगत बसणारा माणूस नाही. माझा मिलिटरी खाक्या असतो.''

"तू काय करणार?"
"चल, मला तो मवाली दाखव. त्याला लंबे करतो."
"नको नाबर-तसं नको."
"का?"
"आम्हांला राहायचंय इथं."
"तुम्हांला सुखात राहायला मिळावं म्हणून सांगतोय. त्याला मी सरळ करतो तुझ्यादेखत."

बोलता बोलता नाबर उठलाच आणि दरवाज्याकडे गेला. मी घाबरलो होतो पण तरीही रतन्याचा बंदोबस्त झाला तर मला तो हवा होता.
नाबर सरळ निघाला तो रस्त्यावर आला. पाठोपाठ मीसुद्धा गेलो. पण माझ्या जाण्यात तसा अर्थ नव्हता. आवेशापेक्षा भीतीच जास्त होती.
रस्त्यावर नेहमीचं दृश्य होतं.
माणसं पांगलेली, गॅलऱ्या भरलेल्या, दुकानदार सावधतेनं बसलेले, जिथं बाटली आपटली तिथं काचांचे तुकडे पडलेले. सूर्याच्या किरणात ते लखलखत होते.
एका बंद दुकानाच्या फळीवर रतन्या बसलेला. त्याच्या हातात लखलखणारा सुरा, डोळे तांबरलेले, अंगात गंजिफ्रॉक, त्याची दशा झालेली. साध्या कपड्यातला नाबर शत्रुसैन्याची फळी तोडताना सैनिक जशी चढाई करतात त्याप्रमाणे रतन्याच्या अंगावर चाल करून गेला. काय होतंय हे समजायच्या आतच त्यानं रतन्याच्या दोन तोंडात ठेवून दिल्या. रतन्या भेलकांडत रस्त्याच्या मध्यावर आला. क्षणभर रतन्याच्या जागी मला आमचा नखं कुरतडणारा साहेब दिसला आणि इतरांपेक्षा डबल आनंद झाला. हा आनंद मात्र क्षणभरच टिकला. कारण रतन्याजवळ सुरा होता आणि नाबर सिव्हिल ड्रेसमध्ये होता. नि:शस्त्र. स्वत:ला सावरीत रतन्या उभा राहिला. त्यानं नाबरला एक गलिच्छ शिवी हासडली आणि तो पळत सुटला.
काहीच घडलं नसावं त्याप्रमाणे नाबर माझ्याकडं आला आणि म्हणाला,
"मला त्याचं घर दाखव."
"कशाला?"
"तो दुखावलेला सर्प आहे. इतक्या लोकांसमोर त्याला मी मारलं."
"तेवढं पुरेसं आहे."
"इथंच चुकता तुम्ही. एखाद्या दुष्टाला जेव्हा चोपायचा असतो तेव्हा त्याची सूड घेण्याची भाषा आणि ताकद संपेपर्यंत चोपायचा असतो. तू मला घर दाखव

लांबून दाखव.''

जवळजवळ माझ्या मनाविरुद्धच, नाबरला मी रतन्याचं घर दाखवलं. नाबर सरळ त्याच्या घरात घुसला. दोन्ही गुडघ्यांत तोंड घालून रतन्या धुसफुसत होता. तोंडानं शिव्या देत होता. गल्लीचा दादा ह्या बिरुदावरच आज नाबरनं हल्ला केला होता. चार लोकांत पळ काढावा लागला. आता 'दादा' कोण समजेल? अवहेलनेनं रतन्या आतल्या आत जळत होता.

नाबर त्याच्या पुढ्यात जाऊन उभा राहीपर्यंत रतन्यानं मान वर केली नाही. एका मुठीत रतन्याच्या केसांची झुलपं पकडीत नाबरनं त्याला उभं केलं.

''साल्या, आणखीन गमजा करायच्या आहेत?''

रतन्यानं मान खाली घातली.

''अंगात एवढी रग असेल तर सैन्यात भरती हो. या युद्धात किती जवान मारले गेलेत, माहीत आहे?- बावीस हजार! इथं दादागिरी करतोस त्यापेक्षा तिकडं चल. मेलास तर मानानं मरशील.''

नाबर एवढं बोलला आणि खरोखरच यक्षिणीची कांडी फिरावी तसा चमत्कार झाला.

''मला कोण घेणार सैन्यात?''

''मी घेतो. मी मेजर नाबर. मी व्यवस्था करतो. येतोस?- आहे हिंमत?''

रतन्यानं मान हलवली. वाल्याचा वाल्मिकी होण्याचाच तो क्षण. कुणीतरी टिपावा लागतो. नाबरनं टिपला.

हा सगळा इतिहास पासष्टचं युद्ध संपल्यानंतरचा. रतन्या सैन्यात भरती झाला. आमचा सगळा एरिया शांत झाला.

'गल्ली' तशा अर्थानं पोरकी झाली. तिला कुणी 'दादा' उरला नाही.

आणि तोच रतन्या या युद्धात मारला गेला.

रातोरात हुतात्मा झाला.

त्याच्या फोटोची मिरवणूक निघाली.

पताकांचं छत उभारलं गेलं. कौतुकाच्या आरोळ्यांनी आसमंत दणाणलं.

रात्रभर झोप नाही.

आणि आता ही आळसावलेली दुपार.

वाट पाहून पाहून मी थकलो तेव्हा नाबर आला. आम्ही एकमेकांना कडकडून मिठी मारली. त्या एका मिठीनं, स्पर्शानं आम्ही सगळं सगळं बोललो. दोघांच्याही डोळ्यांत पाणी आलं.

"तुझी फार काळजी लागून राहिली होती."
"नाबर, काय बोलतोस काय? वॉरवर तू गेला होतास. मी इथं मजेत होतो."
"खरं?"
"अर्थातच! मला कसली भीती होती?"
"मुंबईपर्यंत विमानं आल्याच्या बातम्या मला फ्रंटवर मिळाल्या. शहानिशा होईतो चैन पडलं नाही. पहिल्यांदा आठवण झाली ती तुझी. भ्यायलात का फार?"
"पहिल्या दिवशी जरा पॅनिकी झालं होतं, मग झाली मनाची तयारी. मी तसा फार भित्रा आहे. पण नंतर, कशी कुणाला ठाऊक, भीती आपोआप गेली."
"त्याचं असं आहे बघ. पंगतीत शंभरजण बसले आणि आपण एकटे मागे राहिलो की त्रास होतो. पण आपल्याबरोबर आणखी पंचवीस-तीसजण थांबलेले असले की काही वाटत नाही. तसंच आहे. सगळ्यांचंच एकदम जे काय व्हायचं ते होणार आहे म्हटलं, की माणसाला समाधान वाटतं."
मी म्हणालो, "म्हणजे सर्वनाशातही माणसाला जस्टिस हवा असतो."
"खरं आहे."
"हे झालं आमच्याबद्दल. जे आपण होऊन, उघड्या डोळ्यानं मरण पत्करायला युद्धावर जातात, त्यांचं काय?"
नाबर जरा विचारात पडला आणि जरा वेळानं म्हणाला,
"त्याचं काहीसं असं असतं. भीती प्रत्येकालाच असते. सैनिक माणूसच असतो. त्यामुळं आपण हत्यार उचललं नाही तर समोरचा उचलणारच आहे ह्या भीतीतून काही शूर होतात. कृती करून मोकळे होतात, वाचतात ते वाचतात, बाकीचे जातात. प्रत्येक सैनिकाला त्याची बायको युद्धावर जाण्यापूर्वी ओवाळते आणि युद्धावर आलेल्या प्रत्येक सैनिकाला असं वाटतं की फक्त आपल्याच बायकोचा चुडा हा सावित्रीचा चुडा आहे, आपण सुखरूप परत येणार आहोत. धोका आहे, तो आपल्याबरोबर लढतोय त्या सहकाऱ्याला किंवा शत्रूला. एक हा विचार किंवा दुसरा विचार पंगतीतल्या माणसाचा. जे दुसऱ्याचं होईल तेच माझं."
"फार विलक्षण वाटतं सगळं, एवढं खरं."
बोलता बोलता आम्ही गॅलरीत आलो. समोरच्या खांबाला लावलेल्या रतन्याच्या फोटोकडे नाबरचं लक्ष गेलं.
"नाबर, खरा सत्कार तुझा व्हायला हवा. तू ह्या माणसाला, एका ऑर्डिनरी मवाल्याला केवढा मोठा माणूस करून टाकलंस."
"कोण मोठा? हा रतन्या?"

नाबरनं विलक्षण आवाजात विचारलं. मी त्या आवाजाकडे लक्ष न देता विचारलं, "तुला भेटला होता का रे नंतर?"

"एका जंक्शनवर गाठ पडली होती. जवानांची एक तुकडी रेल्वेनं चालली होती. तेव्हा अचानक भेटला."

"कसा होता तेव्हा?"

"ही वॉज नॉट हॅपी."

"का?"

"मिलिटरीत गेल्यावर कोण विचारतं तिथं?- बॉर्डरवरून परत येईपर्यंत सगळेच हुतात्मे. इथं गल्लीचा 'दादा' म्हणून त्याला जास्त मान होता."

"हे तुझं मत?"

"छे! त्याचं मत. पाच मिनिटांच्या अवधीत त्यानं हे दुःख बोलून दाखवलं."

"अरेरे! मोठी ट्रॅजेडी म्हणायची."

"त्याची नाही, माझी म्हण. सैन्यात भरती होण्याचा सल्ला मी त्याला द्यायला नको होता. माझी माणसाची पारख चुकली."

"असं कसं म्हणतोस? तुझ्यामुळे आम्ही निर्धोकपणे जगू लागलो."

"ते असेल, पण माझी चूक ती चूकच. रतन्यासारख्या डरपोक माणसाला मी खरं तर सैन्यात भरती व्हायला सांगितलं ते चुकलं."

"रतन्या डरपोक?"

"नि:संशय! तोंडात भडकावल्यावर उफाळून यायच्याऐवजी जो गुडघ्यात मान घालून बसतो, तो डरपोकच. मला त्याचा उलगडा झाला नाही. आता झाला. पण इट्स अ व्हेरी हाय टाइम!"

"खरं आहे. तो हुतात्मा..."

"प्लीज, तो शब्द रतन्याच्या बाबतीत वापरू नकोस."

"तू एवढा का नाराज त्याच्यावर?"

"ऐन धुमश्चक्रीत रणांगणाला पाठ दाखवणाऱ्याला तू काय म्हणशील?"

"असं?"

"ह्यानं ऐन वेळी पळ काढला. केवळ जीव वाचवायचा म्हणून आणि हा पळाला म्हणून धीर खचून इतर दोघं पळाले. ते मारले गेले आणि रतन्या सुटला. मला दुःख त्या दुसऱ्या दोघांचं होतंय. हकनाक मारले गेले आणि हा वाचला."

"इट्स स्ट्रेंज स्टोरी. रतन्या हयात आहे?"

"नाही."

"मग वाचला असं काय म्हणतोस?"

"तिथं वाचला, पण..."

"पण काय?"

"मिलिटरीतल्या कॉन्फिडेन्शियल गोष्टी आहेत. मी बाकीचं सांगू शकणार नाही. पण तुला म्हणून सांगतो, कुठं बोलणार नाहीस ना?"

"नाही."

"हुतात्मा म्हणून त्याची मिरवणूक निघू दे, पण खरी गोष्ट-"

"सांग ना, मी बोलायचा नाही कुठं."

"कोर्ट मार्शल करून त्याला गोळी घालण्यात आली."

❖❖

रमी

"मी कॅप्टन गोगटे बोलतोय-"
पलीकडून आवाज आला. मी गडबडलो. माझा चेहरा बदलला असावा.
शेजारीच बसलेल्या रॉजर्सनं विचारलं,
"Anything wrong?"
मी मानेनं नकार दिला आणि स्वत:ला सावरायला मला तेवढा अवधी पुरला.
पलीकडून आवाज आला.
"I want to speak to Apte."
मी लगेच म्हणालो,
"Speaking."
"कोण, जोकरसाहेब का?"
"हो."
"संध्याकाळी ऑफीस सुटताच अगदी बोईंगच्या स्पीडनं घरी यायचं."
"तुम्ही आलात कधी पण?"
"मी आत्ता गाडीतून उतरतोय. स्टेशनवरूनच फोन करतोय. म्हणजे काम किती
अर्जंट आहे याची कल्पना करा. माथेरानहून ट्रंककॉलच करणार होतो, खरं
तर."
"जरा कल्पना द्या ना आत्ता?"
"Sorry."
"माझं संध्याकाळपर्यंत लक्ष लागायचं नाही."
"म्हणजेच तुम्ही लवकर याल."
"कॅप्टनसाहेब..."
मी माझ्या जागेवर येऊन बसलो आणि मनात काहूर आणि डोक्यात
हलकल्लोळ माजून राहिला.
कॅप्टनसाहेबांनी मला गाडीतून उतरताच फोन करावा?
का?

रमीबरोबर ते आठच दिवसांपूर्वी मधुचंद्र साजरा करायले गेले होते. आज त्या मानानं ते अचानक आले. गाडीतून उतरल्याबरोबर फोन करतात, घरी पोहोचायची पण वाट पाहत नाहीत. इतकंच नव्हे तर माथेरानहूनही ते मला ट्रंककॉल करणार होते. काय मामला आहे? हा प्राणी रमीशी भांडला की काय? - त्याचा तो गोरा, तजेलदार चेहरा, ह्या मर्दानी देखणेपणात शान व रुबाब वाढवणारी बारीक मिशी, वेध घेणारे डोळे आणि आकर्षक वळण असलेले केस. पण ह्या सर्व व्यक्तिमत्त्वाचा जेवढा मोह वाटायचा तेवढीच दहशत पण वाटायची. आपण जेव्हा ह्या प्राण्याला प्रथमच पाहिला तेव्हाच मनात म्हणालो होतो, रमीचं आणि कॅप्टनचं पटेल का? पण रमीचा विचार मनात येताच पटकन वाटलं की एवढ्या बालिश-गोड-निष्पाप मुलीशी भांडायचा कॅप्टनसाहेबांना धीरच होणार नाही. त्यातूनही कॅप्टननी जरी भांडायचं ठरवलं तरी रमी त्यांना भांडून देणार नाही. ते भांडले तर ती एकदाच अशी हसेल की सगळा घुस्सा विसरून कॅप्टन तिला जवळ घेतील. ह्याचा अर्थ संसारात त्यांची कधी भांडणं होणारच नाहीत असं नाही, पण मधुचंद्राच्या कालावधीत, धुंदीच्या राज्यात, स्वप्ननगरीत, ते नक्की भांडणार नाहीत. मग मला कॅप्टननी ट्रंककॉल का करावा?

माझं डोकं केवळ पाच मिनिटांत आऊट झालं. कोणतीही जिवाभावाची गोष्ट मला सांगावी, असं नातं कॅप्टनसाहेबांशी माझं जमलेलं नव्हतं. आनंदातली नशा असो नाहीतर वैफल्यातली वेदना असो, ते माझ्याशी बोलणार नव्हते. मी रमीचा मित्र होतो, त्यांचा नव्हतो. मी त्यांचा मित्र नाही हे त्यांना नुसतंच माहीत नव्हतं असं नाही, तर रमीच्या लग्नात मला त्याची ते पदोपदी जाणीव करून देत होते. तो प्राणी तीन दिवसांच्या वास्तव्यात माझ्याशी जेमतेम तीन-चार वाक्यंच बोलला होता. रमीच्या लग्नात कॅप्टनसाहेबांची तैनात ठेवायची, सतत त्यांच्यापासून हाकेच्या अंतरावर राहून, हवं नको पाहायचं अशी मला ताकीद होती. कार्यात मी दुसरं कोणतंही काम केलं नाही तरी चालणार होतं, पण, 'मस्त व्यवस्था ठेवलीत आमची-' असं सर्टिफिकीट कॅप्टनसाहेबांकडून रमीच्या वडिलांना- रावसाहेबांना-हवं होतं. त्याप्रमाणं तीन दिवस तहान-भूक-झोपेची पर्वा न करता मी राब राब राबलो होतो. कॅप्टननी त्याबद्दल रावसाहेबांना धन्यवाद दिले होते. पण तो प्राणी माझ्याशी काही बोलला नव्हता. त्या तीन दिवसांत मला अनेकदा सगळं सोडून पळून जावंसं वाटलं होतं, पण मी संयम ठेवला. मला माझं 'जोकर' हे नाव सार्थ करायचं होतं. असा माणूस मधुचंद्राला गेल्यावर मला अधीरतेने ट्रंककॉल करू इच्छितो आणि मुंबईत आल्याबरोबर

मला स्टेशनवरून फोन करतो, म्हणजे नक्की काहीतरी गंभीर मामला आहे. रमीनं कॅप्टनना काही सांगितलं का? अर्थात माझ्या मनात तसं काही नव्हतं. रमीच्या पण नव्हतं आणि तसं कधी काही घडलं पण नव्हतं. पण...पण... त्या रात्रीची ती हकिकत ऐकून तर कॅप्टन चिडले नसतील? तसं विशेष काही घडलं नव्हतं. पण ज्याला गैरसमजाच्या पायावर संशयाची इमारत रचायची सवय असेल त्याबद्दल काही सांगावं? तसा जर काही प्रकार असेल तर तो निव्वळ मूर्खपणा म्हणावा लागेल. कारण 'श्रीगणेशकृपा' ह्या वास्तूत कुणाच्याही हातून काही विपरीत घडणं शक्य नव्हतं.

त्या घरात, त्या प्रसादतुल्य वास्तूत मला आणि आईला जागा मिळाली ती त्या वास्तूत असलेल्या जागृत दैवतामुळे. जागा मिळण्यापूर्वी मला ती गोष्ट मात्र माहीत नव्हती. तो वृत्तांत मला रमीमुळं समजला होता. त्या घरात राहायला गेल्यावर चार दिवसांनी.

सकाळीच मी गॅरेजच्या बाहेर आलो तर समोर एक मुलगी. गोरी-गोरीपान, काळेभोर सतेज डोळे. ते डोळे अगदी निरागस, शुद्ध होते. त्यावेळी मला काही कळत नव्हतं. पण आत्ता ह्या क्षणी मला जे आठवत आहे ते त्यावेळचं चित्र आणि रमीचं आजचं चित्र-ह्यात वयोमानानुरूप जेवढा फरक होईल तेवढा सोडला तर काहीच फरक नव्हता. रमीचे केस मात्र एकदम काळेभोर नव्हते. तांबूस-तपकिरी रंगाचे होते. पण ते सणसणीत लांब होते. त्या वयापासून ते आजतागायत गुडघ्यापर्यंत लांब आहेत. तिचे केस हा शाळेपासून कॉलेजपर्यंत कौतुकाचा, कुतूहलाचा विषय होता. माझी आई खूपदा तिला बोलावून तिची वेणी घालत असे आणि वेणी घालून झाल्यावर स्वतःच तिची दृष्ट काढत असे. तिचे केवळ केसच सुंदर नव्हते तर अवयव न् अवयव रेखीव होता. तिच्या प्रत्येक हालचालीत, हावभावात डौल होता, स्वाभाविकता होती. त्या सौंदर्याला कुठंही गर्वाचा वारा लागलेला नव्हता, म्हणून ती जास्तच सुंदर होती. त्या दिवशी ती मला सकाळी बागेत दिसली आणि मला ती अवाढव्य मोठी हवेली एकदम आवडू लागली. ते हवेलीचे वैभव पाहून मी पहिले दोन-तीन दिवस निव्वळ भांबावलो होतो, बावरलो होतो. हे सगळं फार भयंकर आहे, प्रचंड आहे. आपण ह्या वैभवाचं दर्शन घेताना रोज दिपून जाणार. इथल्या लॉन्सवर पाय ठेवायची आपली टाप नाही. समोर नाचणाऱ्या कारंजाचं पाणी अंगावर पडलं तर काय बहार होईल. पण पोर्चमध्ये कारंज्यासमोर तो प्रचंड प्रिन्स नावाचा अल्सेशियन बसलेला असतो. ते कारंजं, लॉन्स, गुलाबाची फुलं- सगळं सगळं सुंदर होतं पण परकं होतं. पण चौथ्या दिवशी रमी जेव्हा

माझ्याकडे पाहून हसली तेव्हा तिच्यासह ती वास्तू, आप्त बनली. मी आणि आईनं तिथं कायम राहायचं की नाही ह्याचा निर्णय लागायचा होता.

माझ्याकडे पाहून ती हसली आणि म्हणाली,

''तू आता कायम इथं राहणार आहेस.''

''कशावरून?''

''आज कौल मिळाला.''

''कौल?- म्हणजे काय?''

''तुला कौल माहीत नाही?''

तिनं टपोरे डोळे माझ्यावर रोखीत विचारलं.

''नाही!''

''एखादी गोष्ट करायची की नाही ह्याबद्दल देवाची परवानगी मागायची.''

''असा देव बोलतो वाटतं माणसांशी?''

''हो!''

आता डोळे मोठे करून पाहायची माझी पाळी होती.

''खरं नाही वाटत?''

मी मान हलवली.

''चल माझ्याबरोबर!''

मी तिच्या पाठोपाठ निघालो. पायऱ्या चढून वर गेल्यावर तिथं आणखी एक चपलांचा जोड होता. तिनं तिच्या पहिल्या चपला काढून त्या दुसऱ्या चपला घातल्या. त्यावेळेला तिचे तळपाय तिच्या कातडीपेक्षा गोरे आणि मऊ वाटले. मला माझ्या तळपायाची लाज वाटली. तिच्यामागं मी जाऊ लागलो. त्या गुळगुळीत फरशीवरून जाताना मी सपशेल घसरून पडलो. उठता उठता मी आधी रमीकडे पाहिलं, पण तिचं लक्ष नव्हतं. सहज मी जेवढा चालत आतापर्यंत आलो होतो, तिथवर माझ्या पायांचे, मातीचे डाग फरशीवर पडलेले. मला शरमल्यासारखं झालं. मी पडलो हे रमीला कळणार नाही, पण माझ्या पायाचे हे डाग आहेत हे लपणार नाही. मी मग तिथंच घुटमळलो.

तेवढ्यात जवळ येत ती म्हणाली,

''अरे पायाचे डाग पडणारच. राहू दे, यदू घेईल पुसून!''

तिच्या पाठोपाठ मी देवघरात गेलो. इथं तर आणखीन चकचकीत, स्वच्छ आणि थंडगार होतं. समोर शिसवीच्या लाकडाचा कोरीव काम केलेला देव्हारा होता. कोपऱ्यात समई जळत होती. बाजूला उदाधुपाचं भांडं होतं. समोरच्या देव्हाऱ्यात श्रीगणेशाची मूर्ती होती.

''ही मूर्ती आत्ता जिथं आहे- त्याच्याच खाली ती आमच्या रावसाहेबांना

सापडली!''
"हो...?''
"शप्पथ! म्हणून तर देवघर इथं बांधलं. आधी देवघर बांधलं, मग त्याच्या
बाजूबाजूनं बंगला बांधला!''
"आता मला पौल दाखव.''
"पौल नाही कीऽऽऽ, कौल म्हणायचं कौल!''
"मग लाव कौल.''
"तुला देवाला काय मागायचं आहे?''
मी मग विचारात पडलो. पण लगेच गोष्ट आठवून म्हणालो,
"माझी आई नोकरी शोधायला गेली आहे, तिला नोकरी मिळेल की नाही ते
हवंय.''
"बायका नोकरी करतात?''
"हो!''
तिला नवल वाटलं. पण ती काही बोलली नाही. ती हलकेच पुढं आली.
समोरच्या ताम्हनातली तिनं दोन फुलं घेतली - एक त्या मूर्तीच्या डाव्या
खांद्यावर ठेवलं, दुसरं उजव्या. मग मला ती म्हणाली,
"म्हण आता...''
"काय?''
"तुला ते पण माहीत नाही?''
"नाही.''
"बरं मीच म्हणते. अरे पण तुझं नाव काय?''
"आधी तुझं सांग.''
ती म्हणाली,
"माझं नाव रमी!''
मी हसलो,
"का हसलास?''
"रमी हे एका खेळाचं नाव आहे. माझे बाबा नेहमी खेळायचे. सारखे पत्तेच
खेळायचे!''
"मला तुझ्या बाबांना पाहायचं आहे.''
"माझे बाबा आम्हांला सोडून गेले. रमी खेळताखेळताच क्लबमध्ये वारले.
आईला पत्त्यांचा आणि रमीचा फार राग येतो!''
"मग मी पण तुझ्या आईला आवडणार नाही.''
"असं नाही हं! माझी आई फार चांगली आहे. तिला सगळे आवडतात. तिला

रमी । ५५

नोकरी मिळायला हवी!''

''आपण विचारू या आता.''

रमी खाली वाकली. समोर कुंकू होतं, बुक्का होता- त्यात बोटं बुडवून तिनं तो माझ्या कपाळी लावली व ती मला म्हणाली,

''आता म्हण, आईला नोकरी लागणार का? उजवा कौल दे.''

मी तसं म्हणताच, उजव्या खांद्यावरचं फूल खाली पडलं. टाळ्या वाजवीत रमी म्हणाली, ''मिळणार, मिळणार, तुझ्या आईला नोकरी मिळणार.''

आम्ही देवघराच्या बाहेर आलो.

बाहेर आल्याबरोबर माझ्याकडे पाहत ती 'खो खो' हसू लागली.

''तू कसा दिसतोस सांगू आत्ता?''

मी गप्प होतो.

''तू आत्ता जोकर दिसतोस जोकर!''

मला पटकन कल्पना सुचून मी म्हणालो,

''आपली जोडी जमली तर. तू रमी आणि मी जोकर.''

''बघ हं, मी तुला जोकर म्हणून चिडवीन.''

''चिडव. मी चिडणार नाही. रमीच्या डावात जोकर किती उपयोगी पडतो माहीत आहे?''

''नाही.''

''त्या डावात जोकर पडेल ते काम करतो, कुणाचंही.''

तेवढ्यात मला गडी बोलवायला आला.

''आई बोलावत्यात.''

मी गॅरेजकडे धाव ठोकली. आई परतली होती. तिनं माझ्या हातात साखरेची चिमूट ठेवली.

ती म्हणाली,

''खाऊन टाक, मला नोकरी मिळाली.''

आम्ही श्रीगणेशकृपा बंगल्याच्या गॅरेजमध्ये राहू लागलो. आम्ही राहायला योग्य आहोत की नाही हे रावसाहेबांनी कौल लावून विचारलं होतं आणि मगच आम्हांला परवानगी मिळाली होती.

रमीनं सांगितल्याप्रमाणे ती मूर्ती रावसाहेबांना साक्षात्कारानं सापडली होती आणि त्या दिवसापासून त्यांची अफाट वेगानं भरभराट झाली होती. हा लाख-दीड लाखाचा बंगला, दोन दोन मोटारी आणि जोरात चालणारा प्लॅस्टिकचा कारखाना. रावसाहेब त्या दिवसापासून एकदम गणेशभक्त झाले, श्रद्धावंत

झाले. वडील भावाचा वेळोवेळी सल्ला घ्यावा त्याप्रमाणे ते कौल लावून,त्या मूर्तीचा कौल घेत. वास्तूतच खुद्द साक्षात्कारी दैवत असल्यामुळे तिथलं वातावरण पवित्र होतं. पावित्र्यातून प्रत्ययाला येणारा निर्भयपणा त्यांच्या स्वभावात जसा होता तसाच व तितकाच निर्भयपणा रमीमध्ये पण उतरला होता. त्या वास्तूत गेल्यानं आम्हांलाही काही कमी पडलं नाही. माझ्या आईच्या रूपानं रमीला आईचं प्रेम मिळालं आणि रावसाहेबांनी मला लळा लावला. त्यांना माझ्याशिवाय करमत नसे. मी नावाला गॅरेजमध्ये राहत होतो, पण चोवीस तास मी रमीच्याच घरात असायचो. सकाळ-संध्याकाळ आरती व्हायची. त्यानंतर केव्हा केव्हा रात्रीचं जेवण व अभ्यास एकत्र होऊनच मी घरात परतायचो. रमी आणि मी एकाच वर्गात होतो, पण एका शाळेत नव्हतो. एकाच मोटारीतून रमी आणि मी जात होतो. रमीला तिच्या शाळेत सोडून मला माझ्या शाळेत पोहोचवलं जायचं. संध्याकाळी हा क्रम उलटा असायचा. एवढ्या मोठ्या लोकांच्याजवळ आपण राहतो, पण त्यांच्या इतक्या निकट जावं की न जावं असा प्रश्न पडायच्या आत आम्ही सगळ्या मधल्या भिंती जमीनदोस्त करून जवळ पोहोचलोही.

आम्ही गॅरेजमध्ये राहत होतो. पलीकडच्या गॅरेजमध्ये दोन्ही मोटारी असायच्या. शोफरला कळावं म्हणून एक कॉलबेल बसविलेली होती. त्याचा उपयोग रमी आणि रावसाहेब मला केव्हाही हाक मारण्यासाठी करीत होते. रावसाहेब खरोखरच सगळी कामं सांगायचे. मी जसजसा मोठा होऊ लागलो तसतशी कामाची जबाबदारी आणि जबाबदारीची कामं वाढू लागली. आपल्या हातून दिलेलं काम कधीही बिघडत नाही ह्याचा मला सुप्त आनंद वाढत्या प्रमाणात होत होता आणि रावसाहेब पण मला कौतुकानं म्हणायचे,

''तू खराखुरा जोकर आहेस रमीच्या डावातला. पडेल ते काम यशस्वी करून दाखवतोस.''

आणि खरोखरच 'गणेशकृपा'च्या वास्तूत माझं नाव जोकर पडलं.

आम्ही दोघं मॅट्रिक झालो.

आमचं नाव एकाच कॉलेजात घालण्यात आलं.

कॉलेजात आम्ही दोघं मोटारीतूनच जात-येत होतो. सगळा क्रम तसाच होता. पण वातावरण फार निराळं होतं. पोरं वाह्यात होती. रमीचं सौंदर्य पाहून ती बेभान व्हावीत ह्यात नवल नव्हतं. रमी कॉलेजात जाण्यापूर्वी सौंदर्यसम्राज्ञी म्हणून मिरवणाऱ्या अनेकजणींना आपल्या सम्राज्ञीपणाचे धडाधड राजीनामे द्यावे लागले. त्यामुळे वाह्यात मुलांच्या आचरटपणात त्या काहीजणींच्या मत्सराची

रमी । ५७

भर पडली. पण रमी निर्भय होती आणि तिच्याइतकाच मी.
जगात मात्र चांगलं न बघणाऱ्यांची संख्या जास्त असल्यानं उबग येतो. रमी इतकी शुद्ध होती, निर्मळ होती-तिच्या खिजगणतीत कुणीच नव्हतं. तिचा एकुलता एक मित्र होतो मी एकटा. तिच्या सरळ, निगर्वी स्वभावामुळे-डावपेचानं छचोरपणानं वागणाऱ्या मैत्रिणी तिच्यापासून दूर होत्या. त्यामुळं रमी सतत माझ्याबरोबर असायची. जळणारे जळत होते. माझ्या मनात निराळी दृष्टी निर्माण करण्याचा प्रयत्न करीत होते. इतक्या चांगल्या, टंच, दिल बेचैन करणाऱ्या मुलीला मी जर बहीण मानत असेन तर माझ्यासारखा गाढव मीच असं काही उघड उघड म्हणायचे, तर काही हलक्या वृत्तीची मुलं, मी पवित्र आहे हेच मानायला तयार नव्हते.
मी निर्भय होतो. प्रथम प्रथम मी चिडायचो, भांडायचो. एकदा तर दोघांना बेदम बडवलं पण होतं.
अभ्यास करताना रमीनं मला विचारलं. मी चिडून म्हणालो,
"हलकट लोक! तुझा-माझा संबंध जोडतात."
"म्हणजे काय?"
रमीनं हा प्रश्न इतक्या तटस्थपणे-शांतपणे विचारला की मी थंड झालो.
"तुला आता कसं सांगू?"
"मला काही सांगूच नकोस. पण मारामाऱ्या वगैरे करू नकोस."
रमी एवढा घाणेरडा आक्षेप ऐकूनही एवढी शांत का ह्याचा उलगडा मला फारच उशिरा झाला. तिची कीव करावी की काय करावं हेच मला कळेना.
अशाच एका रात्री आम्ही अर्थशास्त्राचा अभ्यास करीत बसलो होतो. बी. ए. ला आम्ही दोघांनी एकच विषय घेतला होता. परीक्षा जवळ आली होती. परीक्षा संपल्याबरोबर मी रावसाहेबांच्या ओळखीनं नोकरी मिळवणार होतो. आईनं एवढ्या वर्षं नोकरी करून मला वाढवलं होतं. केवळ रावसाहेबांच्या बंगल्यात आम्ही होतो म्हणून जीवन सुसह्य झालं होतं. काही कमी पडत नव्हतं. म्हणूनच परीक्षा आटोपताच अगदी दुसऱ्या दिवसापासून मी नोकरी धरायला तयार होतो आणि रावसाहेबांच्या ओळखीनं माझ्यासाठी नोकरी अगदी तयार होती.
रमीचं ताबडतोब लग्न करायचं होतं आणि ही गोष्ट फक्त माझ्याजवळच रावसाहेब बोलले होते. रमीला पण ह्याची वार्ता नव्हती.
अर्थशास्त्रावर चर्चा करता करता लोकसंख्या आणि अर्थशास्त्र ह्यावर मी बोलू लागलो आणि मध्येच रमीनं विचारलं,
"ह्या दोन गोष्टींचा संबंध काय?"
"वा, बाईसाहेब. वर्षभर काय शिकलात?"

"शिकले ना! पण मी जास्त लक्ष दिलं नाही. खोलात शिरले नाही."

"रमी, आता फार उशीर झाला."

"असू दे, सांग तू."

"अग लोकसंख्येवर तर सगळं अवलंबून."

"कसं?"

"लोकसंख्या अपेक्षेपेक्षा वाढली की अर्थशास्त्र कोलमडेल."

"पण लोकसंख्या का वाढावी?"

विजेचा धक्का बसावा तसा मी हादरलो. माझी मती कुंठित झाली. संवेदना बधीर झाल्या. रमी जाणूनबुजून वेड पांघरते आहे का? - कॉलेजात जाणारी ही पोरगी. निसर्गानुसारही पुरुषांपेक्षा बायकांना लवकर जाणीव होते म्हणतात. कॉलेजात मुलं कोणत्या दर्जाची आहेत, मुली तर मुलांच्या बरोबरीनं स्वत: वाह्यातपणा करतात, वाह्यातपणा चालून देतात-मग रमी त्या गप्पांपासून बचावू शकेल का? तिच्यावरून मुलं मला जसं बोलतात तसं माझ्यावरून मुली तिला छळत नसतील का? -एकामागून एक-मंदगतीनं जाणारी मालगाडी जशी संपता संपत नाही. त्याप्रमाणे प्रश्नमाला संपेना.

मी रमीकडे पाहिलं. पण छे! तिची स्वच्छ नजर. अंत:करणात कुठंही कपट नाही हे दाखवणारी स्वच्छ, पारदर्शक नजर.

ती माझ्याकडं शांतपणानं पाहत होती. सरळ नजरेत नजर मिसळून पाहत होती. प्रतारणा करणारी व्यक्ती इतकी निखळ पाहूच शकत नाही. आरती संपल्यावर ती काही काळ गणेशाच्या मूर्तीकडे जशी बघत उभी राहायची, तशीच ती आता पाहत होती.

मी काहीतरी भयंकर पातक केल्यासारखा तिनं प्रश्न विचारला, -"असं का पाहतोस?"

आवाजही स्वच्छ. त्यात कंप नाही, चोरटेपणा नाही. पुरेपूर आत्मविश्वास आणि प्रांजळपणा होता त्या प्रश्नात.

तरी मी विचारलं,

"रमी, लोकसंख्या कशी वाढते हे तुला खरंच माहीत नाही?"

तिनं मान हलवली. मी चेष्टेत म्हणून गेलो,

"लग्न कर म्हणजे कळेल."

"माझी चेष्टा करू नकोस अकारण. सांगायचं नसेल तर नको सांगूस."

"माझा अजून ह्यावर विश्वास बसत नाही."

"खरं?"

"हूं."

रमी मग तितक्याच शांतपणे उभी राहिली व म्हणाली,
''माझ्याबरोबर ये.''
मी पाठोपाठ निघालो. माझा अंदाज खरा ठरला.
ती देवघरात गेली. तिनं दोन फुलं हातात घेतली व म्हणाली,
''गणराया, तुला भरीला घालायला मला आवडत नाही. तुला हाक न घालता तू मला प्रत्येक क्षणी धावून येतोस. नेहमी आमच्याबरोबर असतोस. हीच माझी श्रद्धा आहे. पण आज आमच्या ह्या जोकरसाठी कौल दे. माझी भक्ती नाटकी नसेल तर मला उजवा कौल दे.''
तिनं हातातली फुलं नेहमीप्रमाणे वाहिली.
ती डोळे मिटून उभी राहिली आणि मी मूर्तीकडे पाहत राहिलो.
आणि उजवा कौल मिळाला.
शांतपणे तिनं नमस्कार केला. ती आणि मी पुन्हा खोलीत आलो.
''जोकर, मला आज फार वाईट वाटलं. तू आयुष्यात आज प्रथम माझ्यावर अविश्वास दाखवलास.''
''रमी, विषय पण तसाच होता.''
दोनच मिनिटं मनाची चलबिचल झाली.
रमीकडे न पाहता मी समोरची वही पुढं ओढून घेतली आणि नंतरच्या पाच-दहा मिनिटांत मी आकृतीसह रमीला स्त्री-पुरुष संबंधीची माहिती आणि प्रजोत्पादन कसं होतं हे दाखवलं.
माहिती सांगून झाल्यावर मी तिच्याकडे नजर टाकली आणि मीच धास्तावलो. रमी जबरदस्त परिणाम झाल्याप्रमाणं निश्चल बसली होती. अशा अवस्थेत ती जवळ जवळ तासभर बसली होती. केव्हातरी मध्येच तिनं विचारलं,
''आपला जन्महीं असाच झाला?''
मी मानेनं होकार दिला.
आणि त्या दिवसापासून रमीचं बोलणं एकाएकी कमी झालं. परीक्षा होईपर्यंत ती गंभीर होती. अबोल होती. त्यानंतर ती गावाला गेली. रावसाहेबांच्या बरोबर. दिल्लीला काही कारखानदारांची मीटिंग होती. रावसाहेबांनी रमीला 'येणार का?' -म्हणून विचारलं आणि ती लगेच 'येते' म्हणाली.
रावसाहेबांनी कबूल केल्याप्रमाणे मला नोकरी दिली.
रावसाहेब आणि रमी दिल्लीहून परतले ते रमीचं लग्न ठरवूनच.
रमीचे नियोजित पती वैमानिक असून त्यांचं आडनाव कॅप्टन गोगटे असल्याचं समजलं.

आज साडेपाच वाजता वाजत नव्हते. कामात लक्ष लागणं सर्वथैव अशक्य होतं. गोगट्यांनी त्यांचं काय काम असेल ते सांगायला हवं होतं. एखाद्याला असं टांगून ठेवण्यात काय अर्थ होता?

मामला ठीक नव्हता. जर काही गैरसमज असतील तर ते आता कसे दूर करायचे? जगात शुद्ध आणि पवित्र माणसं अनेक असतील, आहेतही, पण ते पावित्र्य-शुद्धता ओळखणारी माणसंच नाहीत. वाण त्यांची आहे.

वैमानिकाच्या व्यवसायातील माणसं फार विशाल अंत:करणाची असतात, असं मी ऐकून होतो. What about Gogate? - ह्या बयेनं निरागसपणे सगळं सांगितलं असेल आणि राईचा पर्वत-पण छे! राईचा पर्वत व्हायला मुळात राई तरी हवी की नको?

ऑफीस सुटताच मी लोकलवर पण विसंबलो नाही. आज साली नेमकी लेट व्हायची. टॅक्सी केली.

कॅप्टनसाहेब गॅलरीतच उभे होते. मला पाहून ते चटकन आत गेले. तेवढ्यात मी धास्तावलो. पण दरवाजा उघडला तो कॅप्टनसाहेबांनीच. मला काहीही अवधी न देता त्यांनी मला कडकडून मिठी मारली आणि ते म्हणाले,

''रमीचं आणि जोकरचं नातं मला समजलं.''

त्यांच्या पाठोपाठ जाताना मी त्या वाक्याचा वास घेऊ लागलो. ड्रॉइंग रूममध्ये जाताच मी म्हणालो,

''कॅप्टनसाहेब, तुमचा फोन आल्यापासून मला फार टेन्शन पडलं.''

''किती तास?''

''तुम्हांला माहीत आहे ते.''

''दोस्त, माझ्यावर लग्न जमल्यापासून टेन्शन होतं.''

''का?''

''रमीचा विचार करून करून.''

''कॅप्टनसाहेब, काय ते भरभर सांगा, मी सहन करीन काहीही बोललात तरी.''

''My boy, you have saved me! आकाशात पायाला आधार नसताना मी स्थिर असतो, पण लग्नाच्या वेळी जमिनीचा आधार असून मी गडबडलो होतो.''

''का पण?''

''सांगतो. अपेक्षेप्रमाणे बायको मिळाली ह्याचं टेन्शन होतं.''

''मला समजत नाही.''

''लग्नात माझ्याबरोबर देवधर नावाचा कॅप्टन होता, आठवतं?''

''हो.''

"त्याची फार ट्रॅजेडी झाली लग्नानंतर. माझं तसंच होईल ह्याची मला धास्ती पडली होती. आम्हांला दोघांना अत्यंत इनोसंट मुलगी हवी होती. आमच्या ह्या व्यवसायापायी आम्ही तोल गेलेल्या चिकार बायका पाहिल्या. पिणाऱ्या, व्यसनी, खाजगी धंदे आवश्यकता नसताना करणाऱ्या...बरं, ह्या सगळ्या So called high society म्हणवणाऱ्या वर्गातल्या बायका. त्यांचा उबग आला होता. बाईबद्दल तिडीक बसली होती. देवधरनं आणि मी ठरवलं होतं की निष्पाप आणि निरागस मुलगी भेटेपर्यंत लग्न करायचं नाही. त्याप्रमाणे देवधरनं अगदी साध्या, भोळ्या, खेडेगावातल्या भिक्षुकाच्या मुलीशी लग्न लावलं. पण ती इतकी इनोसण्ट निघाली की तिला स्त्री-पुरुष नातंसुद्धा माहीत नव्हतं. देवधरनं कलाकलानं घेतलं असतं तर मामला सावरला असता. पण आम्ही वैमानिक क्षणाक्षणाला जगतो. जातो तो क्षण मालकीचा. त्या क्षणी जे समोर असेल त्याचा आम्ही फक्त आस्वाद घेतो. दुसऱ्या क्षणी आम्ही दुसरेच कुणीतरी असतो."

"त्या पोरीच्या डोक्यावर पहिल्याच रात्री परिणाम झाला. ती मॅड झाली. देवधर बरबाद झाला. मला आपलं असंच होईल का अशी भीती वाटत होती. रमीच्या डोळ्यांवरूनच ती किती निरागस आहे हे कळतं, आणि म्हणूनच मी घाबरलो होतो. But, but, she gives me good response, excellent co-operation. आणि तरीही डोळ्यांतला बुजरेपणा तसाच. मी दुसऱ्या दिवशी सकाळी तिला विचारलं आणि आपटेसाहेब, you will not perhaps belive, पण त्या पोरीनं मला सगळं सांगितलं. तुमच्याकडून तिला जे जे समजलं, ते तिनं मला सही न् सही सांगितलं. तेही इतक्या शांत स्वरात...छे, I can't describe, म्हणजे, तुम्ही तिच्या शाळेतल्या वह्या-पुस्तकांना कव्हर्स घालून दिल्याची बातमी तिनं जशी सहज सांगितली असती तेवढ्या सहजतेनं तिनं ते सांगितलं. You have obliged me."

माझ्या डोळ्यांत त्या क्षणी पाणी आलं. मला मिठी मारून, पाठीवर थोपटत म्हणाले, "I understand your tension and fear. आमचा पेशा वैमानिकाचा. पण वैमानिकापेक्षाही जो माणूस, विमान उडवता येईल की नाही ह्याची कसून पाहणी करतो, तो जास्त ग्रेट. चेष्टेत तुमचं नाव जरी जोकर असलं तरी तुम्ही तुमचं काम चोख केलंत, मला रमी मिळवून दिलीत."

मी पण हसत म्हणालो,

"जोकरला महत्त्व आहेच, पण त्याहीपेक्षा सिक्वेन्स महत्त्वाचा. तो मिळताच रमी तुमची झाली."

कॅप्टननी त्याचं उत्तर आणखी एक मिठी मारून दिलं.

❖❖

मुहूर्त

नेहमीप्रमाणे बरोब्बर साडेसहा वाजता बेडेकरांची हाक आली.

साडेसहा वाजेपर्यंत मराठी भक्तिगीतांच्या ध्वनिमुद्रिका मुंबई 'ब'ला लागतात. 'मराठी भक्तिगीतांच्या ध्वनिमुद्रिका आपण आकाशवाणीच्या मुंबई केंद्रावरून ऐकता आहात' हे वाक्य संपलं रे संपलं की बेडेकरांच्या घराचा दरवाजा उघडल्याचा आवाज मला घरात ऐकू येतो. पाठोपाठ त्यांची हाक-

"मधुभय्या, मंगल प्रभात."

पाठोपाठ दार उघडीत मी म्हणतो,

"मंगल प्रभात."

गुड मॉर्निंगचं हे चक्क मराठी रूपांतर.

बेडेकर नंतर काही बोलत नाहीत. मी दार लावून घेतो. त्यांच्या पाठोपाठ मी त्यांच्या घरात जातो.

वाफा येणारा चहा आमची वाट पाहत असतो. चहा हा माझा वीक पॉईंट. 'दिन और रात खुला रहेगा' –या स्टेशनवरच्या पाटीप्रमाणे, दिवस किंवा कोणत्याही क्षणी मी चहा प्यायला तयार असतो.

माझे ऑफिसातले सहकारी मला 'चहाबाज' म्हणतात.

ह्याच क्रमानं आज हे सगळं घडलं.

चहा संपला.

बेडेकरांनी विचारलं,

"काय म्हणतो तुमचा फर्नांडीस?"

"लोकप्रियता टिकवण्याचा प्रयत्न करतोय."

"टॅक्सीवाले गेले संपावर."

"गेले का?"

"गेला ना! पेपर नाही का पाहिलात?"

"नाही पाहिला."

"तुमची आज ऑफिसला दांडी होती हे मला माहीत होतं. तुम्हांला इतक्या

सकाळी उठवणार नव्हतो. रेडिओचा आवाज ऐकला म्हणून उठवलं.''
बोलता बोलता बेडेकरांनी पेपर हातात दिला. हेडलाइन्सवरून नुसती नजर टाकीत मी म्हणालो,
''बेडेकर, तुम्ही रोज चहाचा हा फार त्रास घेता.''
''जाऊ दे. दुसरं काही तरी बोला.''
''तुम्ही मला गप्प बसवणार हे मला माहीतच होतं.''
बेडेकर हसले.
वहिनींनी दरवाजातूनच विचारलं,
''युवराज काय म्हणताहेत?''
''मजेत आहेत.''
''काल गेला होता का?''
''अगदी पाच मिनिटांपुरता गेलो होतो.''
''कुणासारखा दिसतोय?''
''वहिनी, दहा दिवसांच्या मुलाचं काय नक्की कळणार? मी तर त्याचे अजून डोळेदेखील नीट पाहिले नाहीत!''
''का बरं?''
''झोपलेलाच असतो सारखा.''
''माझा निरोप दिलात का बायकोला?''
''त्याच दिवशी सांगितला.''
''काय म्हणाली?''
''भेटायला नाही आलात तरी चालेल, पण बारशाला यावंच लागेल म्हणाली.''
वहिनी चहाचे कप उचलीत म्हणाल्या,
''भावजी, बसेस संपावर आहेत. आज टॅक्सीवाले गेले. रेल्वे जरी संपावर गेली तरी मी जाईन.''
''कशी जाशील?''
बेडेकरांनी विचारलं.
''पाय धडधाकट आहेत, इथून चालत जाईन!''
''जोगेश्वरी ते गिरगाव अंतर माहीत आहे का?''
''काय करायचंय समजून? पदयात्रा करायची विनोबांसारखी. तुम्ही रजा घ्या म्हणजे झालं.''
''कशासाठी?''
''प्रमोदकडे कोण बघणार?''
घरोघरी पडणारा प्रश्न वहिनींनी बेडेकरांना विचारला.
मी म्हणालो,

"अरे खरंच, चिरंजीव उठले नाहीत का?"
"त्याला पुन्हा कालपासून थोडी कसर वाटते आहे."
"कशामुळे?"
"पंधरा ऑगस्टचा त्याचा उत्साह जरा नडलाच आम्हांला."
बेडेकर म्हणाले.
"मग आता औषध?"
"डॉ. नवाटियांना फोन करणार आहे. पंचाईत फक्त एकच आहे-ते जर प्रमोदला घेऊन या म्हणाले, तर वांधा आहे. तुमचे बंडोपंत आज येणार का?"
"आज यायलाच हवेत!"
"तुमचा काय प्रोग्रॅम आहे?"
"दिलेल्या मुहूर्तावर नव्या गाडीची डिलिव्हरी घ्यायची. बंडोपंत आज गाडी चालवणार नाहीत- कंपनीचा माणूस गाडी इथं आणील. उद्या सकाळी आमच्या चिरंजीवांना आणण्यासाठी गाडी बाहेर पडेल, त्याच्या हस्ते उद्‌घाटन होणार!"
बेडेकर हसत म्हणाले,
"मधुभय्या, तुमचा मुलगा नक्की मंत्री होणार!"
"कशावरून?"
"वयाच्या अकराव्या दिवसापासून उद्‌घाटन करतोय त्यावरून!"
मी आणि वहिनी मनापासून हसलो.
"बरं, उद्‌घाटन झाल्यावर गाडीत बसायचा परवाना कुणालाही मिळणार ना?"
"अवश्य!"
"थँक् यू!"
"काय बेत आहे?"
"प्रमोदला डॉ. नवाटियांच्या पायावर घालायचं आहे. नंतर बंडोपतांच्या. त्या देवदूतांनी माझ्या प्रमोदला संजीवनी दिली."
बोलता बोलता बेडेकरांचा घसा दाटून आला.
वहिनी डोळे पुसत आत गेल्या.
मी माझ्या खोलीत परतलो.
एकट्यानं राहणं ह्यासारखा शाप नाही.
बायको माहेरी गेली की काय करायचं ह्याचे चिक्कार बेत करून ठेवलेले असतात. पहाटे उठायचं, फिरायला जायचं. पांढरी हाफ पँट, वर जाळीचा बनियन, कॅनव्हासचे पांढरे बूट. ह्या तिन्ही गोष्टी एकत्रच ठेवायच्या. येता येता सेंटरवरून दूध. एक बाटली तशीच तोंडाला लावायची. नो चहा. कारण दिवसभर तो होतोच.

मग झकास अंघोळ.

साडेसात ते आठपर्यंत सगळं आवरायचं.

त्यानंतरचा दीड तास तुमचाच.

आदर्श नवरा ह्या व्याख्येत बसणारा चपखल कार्यक्रम.

लग्नानंतर अनेकदा वसुधानं ऐकवलेला. मलाही अनेकदा केवळ त्या कल्पनेनं सुख वाटलेलं. त्यातल्या त्यात आठ ते साडेनऊ हा दीड तास तुमचाच...ह्याचं सुख जास्त. काहीही करा. कोण काय करतं हे वसुधाला तोंडपाठ.

"जी ब्लॉकमधले हटंगडी मुलांचा अभ्यास घेतात."

माझा कॉमेंट- "त्यांची मुलं नापास का होतात ते कळलं."

"मिस्टर गोपुसकर त्या दीड तासात बाथरूम धुण्यापासून सगळी कामं करतात."

मी म्हणतो, "म्हणूनच बायको डोक्यावर मिरे वाटते."

"तुम्हांला कधी कुणाचं चांगलं दिसलंय का?" वसुधा चिडून विचारायची.

"नवऱ्याच्या स्वास्थ्यावर बेतणारे सगळे कार्यक्रम तुला आदर्श वाटतात."

असा आमचा ठरलेला संवाद.

पण ह्या वेळेला मी ठरवलं होतं एकदम आदर्श होऊन जायचं.

गोपुसकरला पार पुसून टाकायचा.

हटंगडीची तंगडी ओढायची.

एकदम आदर्श नवरा, त्याची आदर्श बायको आणि नव्यानं घरी येणारे युवराज. ह्यातलं काहीच घडलं नाही पण. आणि ह्याला कारण आमचे पडोसी. बेडेकर जबाबदार आहेत सगळ्याला. मी आदर्श व्हावं हे त्यांना कसं खपावं?

वसुधा बाळंतपणासाठी माहेरी गेली. दुसऱ्या दिवशी केवळ सरावच नसल्यामुळे पहाटे जाग आली नाही.

साडेसहा वाजता बेडेकरांची हाक आणि चहाचा-वाफा येणारा-गरम गरम कप. त्यांचं मन कसं मोडणार?

त्यांनी माझ्या आदर्शपणाच्या ध्येयावर पाणी...

नव्हे... चक्क चहा ओतला.

त्यांनी चहा तयार ठेवायचा आणि आपण त्यापूर्वीच पहाटे फिरायला जायचं हा उद्धटपणा मला कधीच जमला नसता.

त्यात भर म्हणजे मागच्या खेपेत बंडोपंत माझे कॅनव्हासचे बूट पुण्याला घेऊन गेले.

"इथे नुसते पडूनच राहिले आहेत, तर नेतो. पुण्याला आमचा नंदू वापरेल."

मी 'न्या' म्हणालो...

कॅनव्हासचे बूटच गेल्यावर पहाटे फिरायला कसं जाणार?
बंडोपंतांना दुखवणार कसं?

बंडोपंत भिडे माझे मेव्हणे.
मेव्हणे म्हणजे 'बहिणीचे यजमान'
आज ते पुण्याहून येणार आहेत. सकाळी दहापर्यंत येतो असं काल फोनवर
म्हणाले आहेत. म्हणजे दुपारी दोन वाजेपर्यंत नक्की येतील.
कबूल केल्याप्रमाणे, ठरलेल्या वेळेत बंडोपंत एखादी गोष्ट नक्की करतील, ही
किंवा अशा प्रकारची पैज कुणीही जिंकू शकलेलं नाही. त्यांचे पुण्यातले आणि
मुंबईतले मित्र थकले आहेत आणि त्याहीपेक्षा नवलाची गोष्ट ह्या माणसावर
आजवर माझ्या पाहण्यात कुणीही रागावू शकलेलं नाही.
त्यांचा शांत, प्रसन्न चेहरा आणि टवटवीत व्यक्तिमत्त्व पाहिलं की राग टिकवणं
अगदी अशक्य. ह्या बाबतीत मारलेली पैज कुणी हरणार नाही.
पुण्यात त्यांचा प्लॅस्टिकच्या शेड्स बनवण्याचा कारखाना आहे.
माणूस पुण्या-मुंबईतील मार्केट जिंकून आहे.
त्यांच्या कारखान्यात तयार होणाऱ्या सुबक शेड्सपेक्षाही, कोणत्याही
कारखान्यात होऊ शकणार नाही-अशा गोड स्वभाव आणि मिठ्ठास वाणीवरच
त्यांनी लोहार स्ट्रीट जिंकलेला आहे. मुख्यमंत्र्यांच्या पंगतीला बसण्याइतकी
जान-पहचान आहे. आय. जी. पीं. बरोबर सरदारजींचे विनोद करण्याइतकी,
तिथंही गट्टी आहे आणि असं असूनही-अशांच्या ओळखीचा गैरफायदा न
घेणारी निःस्पृह वृत्ती आहे.
त्यांच्या ह्या चौफेर कर्तृत्वाबद्दल मला अमाप कौतुक आहे, नितांत आदर आहे.
पण लवमात्र आश्चर्य असं नाही.
आश्चर्य आहे ते एवढंच आणि ते म्हणजे माझ्यासारख्या माणसावर असलेला
त्यांचा असामान्य लोभ.
बायकोचा भाऊ हे माझं क्वालिफिकेशन. पण मुख्यमंत्र्यांच्या आमंत्रणाचा जेवढा
मान सांभाळला जातो, तेवढाच माझाही.
पुण्याहून निघण्यापूर्वी त्यांचा फोन येतो.
आता ऑफिसात सगळ्यांच्या परिचयाचं झालं आहे.
बंडोपंतांचा फोन म्हणजे माझी दांडी हे न सांगता सगळे ओळखतात. मुंबईत ते
आले रे आले की त्यांना प्रत्येक क्षणी मी बरोबर हवा असतो. प्रत्येक क्षणी
आणि प्रत्येक ठिकाणी. आमच्या परिचयाचे शशी मेहता ह्या नावाचे तितकेच
थोर गृहस्थ मला बंडोपंतांचा उपग्रह म्हणतात. त्यांच्याबरोबर मी फक्त

मुख्यमंत्र्यांकडे जात नाही. कारण माझ्या आकाशाची उंची मला माहीत आहे. प्रत्येक स्त्री म्हणजे एक कोडं असतं असं आपण सर्रास म्हणतो. पण एकदा बंडोपंतांचा परिचय झाला की तुम्ही म्हणाल, प्रत्येक स्त्री आणि बंडोपंत भिडे हे एक कोडं आहे. इतक्या सरळ, सालस आणि मोठ्या मनाच्या माणसाला मी 'कोडं' का म्हणतो? तर त्याला एक कारण आहे.

प्रयत्नवाद आणि अविश्रांत कष्ट यावर निष्ठा, श्रद्धा असणारा हा माणूस तितकाच दैववादी आहे. कोडं ह्याचं आहे. प्रयत्नवाद आणि दैववाद ह्यांचा इतका अपूर्व संगम कुठंच पाहिला नाही मी. दोन प्रवाह एकमेकांना भेटणं म्हणजे संगम. संगमाच्या जागेपाशी प्रवाहांचा खळखळाट, संघर्ष होणं अपरिहार्य आहे. त्यानंतर ज्या प्रवाहाचा जोर जास्त, त्याला दुसरा प्रवाह शरण जाऊन तो त्याच्या गतीचा स्वीकार करणार हे उघड आहे.

पण बंडोपंतांच्या ठिकाणी प्रयत्नवाद आणि दैववाद यात संघर्ष निर्माण झाला नाही. ह्या दोन्ही जोरदार प्रवाहांनी त्यांना निष्क्रिय न बनवता त्यांच्या कार्याला अफाट गती मिळवून दिली आहे.

घरातून बाहेर पडताना तसबिरीसमोर हात जोडतील. नवी वस्तू घेताना, शुभमुहूर्तासाठी महिनोनमहिने थांबतील.

ही अतिशयोक्ती नाही. आज त्यांच्या ज्या नव्या ॲम्बॅसिडर गाडीची डिलिव्हरी घेण्यासाठी ते येणार आहेत, ती गाडी त्यांना खरं तर दोन महिन्यांपूर्वी मिळायची होती. दोन महिन्यांपूर्वी ते असेच पुण्याहून आले होते.

गाडीची डिलिव्हरी घेण्यासाठी म्हणून आले आणि कुणीतरी म्हणालं, "श्रावणात गाडी घ्या, जास्त लाभेल.''

आणि 'बंडोपंत म्हणजे कोडं'—हे वाक्य सार्थ वाटावं असा निर्णय बंडोपंतांनी घेतला.

गाडी न घेता बंडोपंत परत गेले.

त्यानंतर त्यांच्या तीन-चार खेपा झाल्या. डिलिव्हरी घ्यायची का ह्या मुक्कामात- अशा चर्चा व्हायच्या आणि बंडोपंत तसेच परत जायचे. दर ट्रिपला माझी दांडी. त्यांच्याबरोबर भटकणं. लोहार स्ट्रीट, नागदेवी इथल्या व्यापाऱ्यांना त्यांच्याबरोबर भेटणं, बंडोपंतांना सगळे व्यापारी किती मानतात ते डोळे भरून पाहणं, एवढाच 'दांडी'च्या दिवशीचा उद्योग.

बंडोपंतांच्या रूपानं आणि त्यांच्या सहवासात राहून जी मंडळी भेटत राहिली त्यांच्या परिचयानं, जगाबद्दलचं माझं मन एकदम बदलून गेलं आहे. केवळ कटू माणसांनी आणि कटू घटनांनी जग आणि आयुष्य भरलेलं आहे अशी आपली लाडकी समजूत असते. त्या समजुतीला एक आल्हाददायक धक्का

बंडोपंतांमुळे मला बसला आहे.
माणसाला ऐपत हवी. दानत तर हवीच हवी.
दोन्ही गोष्टींची प्राप्ती झालेली माणसं दुसऱ्याला मदत करू शकतात. स्वत: मजेत राहू शकतात. अशा माणसांचं वर्तुळ हां हां म्हणता वाढतं. त्या वर्तुळातील माणसं सगळीच ह्या ना त्या क्षेत्रात बडी असतात, जे जे काही 'बेस्ट' असतं ते ते ह्या माणसांचं असतं. डायरेक्टर्स, मॅनेजर्स, स्पेशॅलिस्ट्स... सगळं बडंच.
मंद्र, मध्य ही सप्तकं ह्यांना माहीतच नसतात.
मोठं होणं, मोठं होणं आणि आणखीन मोठं होणं हेच त्यांच्या प्रवासाचे टप्पे असतात. सुगंधी फूल फुललं म्हणजे सुगंध वाटण्यासाठी त्या फुलाला मुद्दाम काही करावं लागत नाही. त्याप्रमाणे ह्या बड्या माणसांनी कुणाला मदत करायचं ठरवलं तर त्यांना मुद्दाम काही करावं लागत नाही. बंडोपंत येऊन गेले की झपाटून टाकतात.
गरागरा फिरवून जमिनीवर पटकन् उभं केलं म्हणजे कसं वाटतं?
जमीन फिरते, आकाश फिरतं, ओळखीचं-बिनओळखीचं सगळंच भोवती फिरतं. पाय स्थिर राहत नाहीत, तरीही ती भोवळ थांबू नये असं बंडोपंत येऊन गेले की वाटत राहतं.
बंडोपंतांजवळ मी ह्यातलं काही बोलत नाही. ते गेले की बेडेकरांजवळ हे सगळं बोलतो.
ते म्हणायचे,
"इंग्लंड-अमेरिकेत केव्हा केव्हा इतकं धुकं पडतं की पाच फुटांवरची वस्तू दिसत नाही म्हणे. माझा ह्यावर विश्वास नव्हता तो हल्ली बसायला लागला."
"कसा काय?"
"बंडोपंत आले की तुमचं असंच होतं."

गेल्या दोन महिन्यांत मात्र बेडेकर मला असं काही बोलले नाहीत. कारण बंडोपंत आले की पाच फुटांवरची वस्तू सोडा, आपण स्वत:चे स्वत:ला दिसत नाही ह्याचा त्यांनी अनुभव घेतलाय. नमस्कार-चमत्कार, हवापाणी ह्यावर बंडोपंतांशी चार-दोन वाक्यांची देवाण-घेवाण नेहमीच व्हायची त्यांची. पण बेडेकर आणि बंडोपंत जास्त जवळ आले ते प्रमोदच्या आजारपणापायी. प्रमोद जेमतेम नऊ-दहा वर्षांचा मुलगा. वयाच्या मानानं उंची बेतासबात. स्वभावानं लाघवी. अभ्यासात आई-वडिलांना परीक्षेच्या वेळी उर्ध्व लागू नये इतपत बरा. त्यामुळे तो 'गोखल्यांचा विकास बघ' किंवा 'गोडबोल्यांच्या नमीचा आदर्श

ठेव' -असली वाक्यं मी बेडेकरांच्या तोंडी कधी ऐकली नव्हती. ही 'विकास' किंवा 'नमी' टाइप पोरं इतर पालकांचा दम भरायचा प्रश्न नक्कीच सोपा करतात. त्यांची उदाहरणं दिली की बाप 'नऊ बावीस' पकडायला मोकळा. पण असले पेच प्रमोदनं जन्मदात्यासमोर टाकले नाहीत.

दोन महिन्यांपूर्वी निराळाच यक्षप्रश्न घेऊन तो घरी आला.

ध्यानीमनी नसताना त्याच्या पोटात दुखायला लागलं. शाळेतल्या एका मास्तरांना त्याला घरी आणावं लागलं. प्राथमिक, घरगुती उपचारांच्या पलीकडची गोष्ट वाटली म्हणून एकदम स्पेशॅलिस्टकडे धाव घेतली.

अल्सर, ट्यूमर किंवा असंच काहीसं असावं असा तर्क. पाठोपाठ ऑपरेशन करण्याचा निर्णय. इतक्या वेगानं गोष्टी घडत गेल्या की आणखीन कुणाशी विचारविनिमय, सल्लामसलत करावी ह्याला वेळही राहिला नाही.

एवढं करूनही ऑपरेशनमधून काहीही निष्पन्न झालं नाही.

ऑपरेशनचा ताणही प्रमोदला सहन झाला नाही. नंतर निरनिराळे उपाय होत राहिले पण त्याला गुण येईना. आई-वडिलांनी आणि आम्ही आशा सोडली. आशाच एका खेपेत बंडोपंत म्हणाले,

''बेडेकर, तुम्ही ॲलोपथी करून पाहिलीत. माझ्यासाठी आता 'होमिओपॅथी' ट्राय कराल का?''

''मी काहीही करायला तयार आहे. कोणता डॉक्टर?''

''कुलाब्याला आहे. नवाटिया म्हणून. पारशी आहे. त्याची ॲपॉइंटमेण्टच महिना महिना मिळत नाही. पण आपण खटपट करू.''

त्या मुक्कामात बंडोपंतांनी नवाटियाला फोन करायचा प्रयत्न केला, पण तो भेटला नाही. दुसऱ्या दिवशी बंडोपंत पुण्याला गेले आणि त्याच दिवशी रात्री चमत्कार घडला. केवळ बंडोपंतच तो चमत्कार घडवू शकत होते.

रात्री नऊ वाजता दार वाजलं.

सहा-सव्वासहा फूट उंचीचा, तगडा, पांढऱ्या शुभ्र सुटातला, गोरापान गृहस्थ समोर उभा.

मागे बॅग घेऊन गडी.

मी ताबडतोब ओळखून विचारलं,

''Are you Dr. Navatia?''

''Yes.''

''Please come.''

''No Please. First take me to the patient, that sweet child.''

बेडेकरांना तर साक्षात ब्रह्मदेव आल्याएवढा आनंद झाला. काही काही डॉक्टरांचं

व्यक्तिमत्त्वच असं असतं की त्यांनी पेशंटला तपासल्यासारखं वाटतं.
बेडेकरांकडे पाहत नवाटिया म्हणाले,
"Don't worry my boy."
त्या पारशीबाबापुढं आम्ही सगळेच 'बॉय' होतो.
प्रमोदला तपासताना ते म्हणाले,
"ए, तुझा बंडोपंत आमाला साला लई बॉदर करते. बम्बईमधी आला तर तेन्ला वखत नाही गावते. अन् साला एकसोबीस माईल्स-फ्रॉम पूना-आमाला खबर देते. म्हणते कसा, मारा डिकरा छे. अरे तेरा डिकरा छे, मग-how you left him?"
"You got the addres correctly?"
"आय मस्ट गेट बाबा. बंडोपंत मला फायर करेल. I am going to inform him, just now. फोन हाय का?"
आम्ही नकारार्थी माना हलवल्या.
"आटा तो साला प्रॉब्लेम ज्याला."
"काय झालं?"
"You should inform me after every two hours for first eight days."
"Alright."
"घरामंदी फोन नाय. Alright काय?"
"I will manage."
नवाटिया गप्प बसले.
प्रिस्क्रिप्शन न देता त्यांनी एकदम औषधाच्या बाटल्याच समोर ठेवल्या. पैशाचं विचारलं, तर ते म्हणाले,
"I don"t want firing from that hopeless bandopant. साला बम्बईमध्ये येऊनशान मिलत नाय, वार्ता करत नाय आणि एकसोबीस माईल्स- from poona, मगज खातो."
बडबड करीत नवाटिया निघून गेला.

दुसऱ्या दिवशी बंडोपंतांचा पुण्याहून फोन आला. मी त्यांना सगळा वृत्तांत सांगितला. फक्त फोनबद्दल वांदे आहेत हेही सांगितलं.
चौथ्या मजल्यावरून खाली उतरायचं, अर्धा फर्लांग चालायचं, मग दुकान उघडलं असलं तर, त्यानं करून दिला तर फोन.
होमिओपॅथी ट्रीटमेंट. त्यामुळे कोणत्याही इस्पितळात ठेवणं अशक्य. खाजगी

न परवडणारं. जोगेश्वरीपासून सगळंच लांब. नव्यानंच बांधलेली आमची ही कॉलनी अंधेरी आणि जोगेश्वरी, दोन्ही स्टेशनांपासून फटकून दूरच राहिलेली. काही दिवस तर आम्ही पोस्टाच्या बटवड्यात येतो हे पोस्टाला पण माहीत नव्हतं. पोस्त मागायला मात्र, आपपरभाव न बाळगता अंधेरी आणि जोगेश्वरीचे, दोन्हीकडून पोस्टमन येऊन गेले होते.

त्यानंतर मध्ये एक दिवस गेला आणि त्या सुप्रभाती बॉम्बे टेलिफोन्सची स्टेशनवॅगन समोर येऊन उभी राहिली. आतून दोघंतिघं उतरले. ती मंडळी बेडेकरांची चौकशी करीत वर आली.
संध्याकाळी त्यांच्या घरात फोन आला. हे काय होतंय हेच बेडेकरांना कळेना. चक्कर आल्यासारखी वाटून नवाटियांनी दिलेली गोळीसुद्धा त्यांनी घेतली. कलियुगात इतकं चांगलं घडू शकतं?

बेडेकरांच्या घरातून पहिला फोन आम्ही ठोकला तो बंडोपंतांनाच. त्यांच्याशी बोलण्यासाठी सुरुवात केली खरी, पण त्यांना 'हुंदक्यांवर हुंदकेच' यायला लागले.
मी फोन हातात घेतला.
काहीच विशेष न केल्याप्रमाणे बंडोपंत म्हणाले,
"वसंतराव नाईकांना फोन करून सांगितलं, एक टेम्पररी कनेक्शन हवंय म्हणून."
"असं मिळतं ते माहीत नव्हतं."
"पेशंटसाठी मिळतं."
प्रमोद सुधारायला लागला.
थोडं थोडं खाऊ लागला. होमिओपॅथी म्हणजे कडक पथ्य. रोग्याला न खाण्याचे पदार्थ नातेवाईकांनी खाल्ले तरी रोग्याला त्रास व्हावा इतकं ते खटलं चोखंदळ. ते असिधाराव्रत बेडेकर पति-पत्नींनी पत्करलं आणि त्यात ते यशस्वी झाले. बंडोपंतांचा पुण्याहून न चुकता फोन यायचा. प्रमोदची चौकशी व्हायची.
वडिलांचा आधार घेत घेत प्रमोद परवा ध्वजवंदन करूनसुद्धा आला.

अंघोळ करता करता मला हे सगळं आठवत होतं.
बायको घरात नसताना अंघोळ करण्यातही काही अर्थ नसतो. तिनं अंघोळीसाठी पिटाळायचं आणि आपण ती पुढं ढकलायची ह्यात काय चार्म आहे हे पहाटे

उठून 'प्रथम अंघोळ' उरकणाऱ्या पुण्यात्म्यांना कधीच कळणार नाही! तातडीनं अंघोळ करण्यात कोणताच पुरुषार्थ नाही हे ह्यांना कोण पटवेल?
तेवढ्यात दारावर धक्के बसायला लागले. पाठोपाठ बेडेकरांच्या आणि वहिनींच्या हाका. वहिनींच्या हाका लगेच थांबल्या. बेडेकरांचा सपाटा चालला होता. ओल्या अंगावरच मी पायजमा चढवला. खांद्याभोवती टॉवेल गुंडाळला आणि दार उघडलं.
"मधुभैय्या, प्रमोद पहा कसा करतोय."
मी धावलो.
प्रमोदला उलटी झाली होती. त्यात काही अंश रक्ताचाही होता. प्रमोद निपचित पडला होता.
प्रसंग गंभीर वाटत होता.
मी तसाच खोलीत परतलो. शर्ट चढवून धावत धावत आलो. आमच्या कॉलनीसमोरच एल. सी. पी. एस. झालेला अल्मेडा नावाचा डॉक्टर आहे. इन्शुरन्स स्कीममधले कामगारच त्याच्याकडे जास्त करून असतात.
धावत जाऊन मी त्याला घेऊन आलो.
"He is expired."
त्यानं शांतपणे सांगितलं.
बेडेकर उभेच्या उभे प्रमोदच्या अंगावर कोसळले.
वहिनींनी टाहो फोडला आणि पाठोपाठ त्या बेशुद्ध पडल्या. चाळीतल्या बायका धावल्या. अगोदर बसेस्चा संप. त्यात टॅक्सीची भर. कामावर जाणारी पुरुषमंडळी नेहमीपेक्षा एकेक तास अगोदरच गेलेली. अख्ख्या इमारतीत ज्यांना पुरुषमाणसं म्हणतात ती आम्ही दोघंच. बेडेकर आणि मी.
तिसरे येतील ते बंडोपंत.
बंडोपंतांची आठवण होताच निराळाच प्रश्न समोर उभा राहिला.
आज उत्तमातला उत्तम दिवस, चांगला मुहूर्त म्हणून ते येणार. इथं मला न्यायला येतील. ही परिस्थिती बघतील.
आज गाडीची खरेदी करणं अशक्य होईल. आता त्यांना फोन करून 'येऊ नका' असंही सांगता येणार नाही. त्यांनी पुणं सोडलं असणार.
चाळीतल्या बायका वहिनींना आवरत होत्या. त्या शुद्धीवर येत होत्या. आक्रोश करीत होत्या, ऊर बडवीत होत्या, पुन्हा बेशुद्ध पडत होत्या.
बेडेकरांना घेऊन मी माझ्या खोलीत आलो.
माझ्या गळ्याला मिठी मारून त्यांनी मनसोक्त रडून घेतलं.
मी त्या क्षणी अगदी एकटा पडलो. त्यांची समजूत घालता घालता थकून

गेलो.

मधूनच 'हे असं कसं झालं हो' अशी मोठी आरोळी पलीकडून यायची.

बायकोचा तो आक्रोश ऐकला की इकडे बेडेकरांचे हुंदके वाढायचे.

एक तास मी त्यांना आवरत होतो.

मधेच फोन वाजू लागला.

मन शांत करीत बेडेकर फोन घ्यायला गेले. क्षणभर मला उसंत मिळाली.

ह्यानंतर नक्की काय करायचं हे मला माहीत नव्हतं.

नजरेसमोर घडलेला असा हा पहिलाच मृत्यू.

डॉक्टरांचं सर्टिफिकीट लागतं एवढंच माहीत होतं.

पुन्हा समोर आल्मेडाकडे गेलो. त्याच्याकडून डेथ् रिपोर्ट मिळवला.

पुढं काय करायचं हे त्यालाच विचारून घेतलं.

संप म्हणजे काय, ह्याचा खरा अर्थ मला ह्या क्षणी समजला. संप घडवून आणणाऱ्या पुढाऱ्यांनासुद्धा त्याचा खरा अर्थ कळणार नाही. जनतेच्या कल्याणासाठी घडवून आणलेले संप, जनतेला किती उद्ध्वस्त करतात हे राजकारणी लोकांना ह्या जन्मी कळणार नाही. त्यांच्या स्वास्थ्याला कोणत्याही अवस्थेत धक्का लागत नाही.

प्रेतवाहिनी मिळवण्यासाठी फोन केला.

''जमलं तर दीड ते दोन तासांत येईल. गॅरंटी देऊ शकत नाही''- असं उत्तर मिळालं.

''अवलंबून राहू की नको?'' -ह्या प्रश्नाला, 'नको असेल तर ताबडतोब कळवा' असा सूचनावजा दम मिळाला.

अंत्यविधीचं सामान कुठं मिळतं हेसुद्धा मला माहीत नव्हतं. इकडे तिकडे चौकशा करून मी परतलो.

बेडेकर आता बरेचसे सावरले होते. वहिनींची अवस्था जशी होती तशीच होती.

बेडेकरांच्या डायरीतून मी काही नंबर घेतले. काही नंबर लागले, पण ऑफीस सोडून येण्याच्या परिस्थितीत ती मंडळी नव्हती.

काही नंबर एंगेज्ड, तर काही घरी नुसती बेल वाजत राहिली.

एक नुसती भयाण पोकळी.

काय करावं कळत नव्हतं.

बेडेकरांची खोली बायकांनी भरलेली. बेडेकर आणि मी आमच्या खोलीत.

पिटाळायला एकही माणूस हाताशी नाही.

आणि तेवढ्यात खालून हॉर्न वाजला.

मी गॅलरीत गेलो.

खाली पाहतो तो घसघशीत फुलांचा हार घातलेली लाईट ब्लू रंगाची ॲम्बॅसिडर. बंडोपंत प्रसन्न चेहऱ्यानं खालून हात करीत होते. गाडी चालवणारा गृहस्थ, कंपनीचा माणूस असावा.

बंडोपंत म्हणजे कोडं ह्यात शंकाच नाही.

इथं मी गाडीसाठी रजा घेऊन बसलेला आणि हे गाडीसकट भेटायला आलेले.

मी आत येत म्हणालो,

"बंडोपंत, असे कसे अचानक आले?"

बेडेकर म्हणाले,

"सांगायला विसरलो. त्यांचा फोन आला होता. आधीचा मुहूर्त मिळाला म्हणून तुम्हांला न घेता ते परस्पर तिकडे जायचे होते."

"मी कुठं होतो फोन आला तेव्हा?"

"इथंच होतात."

"मला का नाही बोलावलंत?"

"आज गाडी आणू नका असं तुम्ही सांगितलं असतंत."

बंडोपंत खोलीत आले. बेडेकरांनी कडकडून मिठी मारली आणि पुन्हा त्यांचा बांध फुटला. बंडोपंत तितकेच हळवे.

कोण कुणाला सावरणार?

अर्ध्या तासानं बेडेकर शांत झाले. त्यांच्या घरात गेले.

मी सगळ्या घटनांचं वर्णन ऐकवलं. बंडोपंतांनी साश्चर्य विचारलं,

"म्हणजे मघाशी मी फोन केला होता तेव्हा..."

"प्रमोद गेलेला होता."

"तरीच!"

"काय झालं?"

"मी फोनवर प्रमोदबद्दल विचारलं तेव्हा ते गप्पच बसले. मी पुन्हा तोच प्रश्न विचारला. तेव्हा म्हणाले,

"तुम्ही येणारच आहात तेव्हा पहा."

"ग्रेट आहे."

"विलक्षणच आहेत. मी डिलिव्हरी पुढं केव्हातरी घेतली असती."

बंडोपंत गप्प राहिले.

बेडेकरांच्या खोलीत जाऊन पाहून आले.

"मधू, आता काय करायचं?"

"स्मशान फार लांब आहे. सगळं सामान तिथंच मिळतं. मुख्य अडचण माणसांची आहे. आज संप. म्युनिसिपालिटीची बस पण मिळण्याचे वांधे आहेत. कामावरून माणसं परत येईपर्यंत थांबावंच लागणार.''

बंडोपंत गप्प बसले.

पुत्रवियोगाचं दु:खं ताजं होतंच. पण खरोखरच पुढची व्यवस्था कशी करायची हा बेडेकरांसमोर प्रश्न होता.

वहिनी प्रेतावर पडून होत्या.

मी, बेडेकर, बंडोपंत आणि ड्रायव्हर त्या खोलीत गेलो. आमच्याकडे पाहत त्या ओरडल्या,

''मी ह्याला सोडायची नाही. आधी मला न्या. मग त्याला हात लावा.''

पुन्हा त्या बेशुद्ध पडल्या.

दुपारी दोन वाजेपर्यंत हाच प्रकार चालला होता. समोरच्या रस्त्यावरचे एक-दोन परिचयाचे दुकानदार आले होते.

प्रेतवाहिनीचा पत्ता नव्हता.

आता थांबण्याचा ताण कुणालाच सहन होत नव्हता.

पुन्हा काहीजणांना फोन करायचे म्हणून मी फोनकडे वळलो. वैर साधून फोनही नेमका संपावर गेला.

आणि बंडोपंतांनी निर्णय घेतला.

नव्या गाडीतून डेड बॉडी न्यायची हे समजताच बेडेकर धावत आले.

''बंडोपंत, मला शरमेनं खाली पाहायला लावू नका. माझ्या पोटचा मुलगा असला तरी मी तुम्हांला हे करून देणार नाही.''

''तसा काही विचार करू नका. प्रसंग आहे.''

''तुमच्या गाडीचा मुहूर्त तुम्ही...''

बेडेकरांना अडवीत बंडोपंत म्हणाले,

''काही बोलूच नका. ते जेवढं शुभ होतं तेवढंच हेही शुभ आहे. एक जीव, तो प्रवास संपवून इकडं आलाय. एक इथला प्रवास संपवून तिकडं चाललाय. पुढं आलेल्यांनी दोन्ही प्रवास पार पाडण्याकरिता येणाऱ्या आणि जाणाऱ्या जिवाला जपायचं आहे. चला.''

वहिनी बेशुद्धावस्थेत असतानाच आम्ही प्रमोदला उचललं. तेव्हाच नेणं जरुरीचं होतं. नाही तर वाघिणीसारख्या तुटून पडल्या असत्या.

बंडोपंत, ड्रायव्हर आणि ते दुकानदार एवढ्यांनी प्रमोदला खाली नेलं. बेडेकरांना सावरीत सावरीत मी त्यांना खाली नेलं. फुलांचा घवघवीत हार घातलेल्या मोटारीत प्रमोदला- नव्हे, एक प्रेत ठेवलं जात होतं.

"तुला बोलता आलं असतं तर तू काय म्हणाली असतील?" -असा प्रश्न मी मनातल्या मनात त्या कोऱ्या करकरीत मोटारीला विचारला.

बंडोपंत शांत होते.

त्यांच्या चेहऱ्यावर कसलीही चलबिचल नव्हती.

टाहो

'केशव वारला!' -अशा मजकुराची जेव्हा तार येऊन धडकली तेव्हा मी म्हटलं, "शेवटी तो म्हणाला ते खरं ठरलं!"

मागच्या भेटीतच तो म्हणाला होता,

"भाऊ प्रत्येक वेळेला तुम्हांला आम्ही त्रास देतो. आत्तापर्यंत आत्महत्येच्या विचारापासून तुम्ही परावृत्त केलंत, पण... पण, कदाचित पुढच्या वेळेस मला पुन्हा तिडीक आली तर भाऊ तुम्ही पोहोचण्यापूर्वीच..."

"छे! छे! केशव पुन्हा असा अविचार करायचाच नाही. पुढची वेळ येता कामा नये. सगळे विचार डोक्यातून काढून टाकायचे."

पण तसं घडलं नव्हतं. पुन्हा ते घातकी विचार केशवच्या मनात उफाळले होते. मागील प्रत्येक वेळेला केशव जिंकला होता. त्या जिंकण्यात माझा वाटा सिंहाचा- सिंहाचाच का सगळाच वाटा माझा होता. जे त्याच्या भावांना, त्यांच्या बायकांना जमलं नव्हतं, ते मला जमलं होतं. केशवला मी वाचवलं होतं. एकदा, नव्हे अनेकदा. केशवच्या भावांची तार आली रे आली की जी पहिली गाडी मिळेल ती पकडायची नि मुंबई गाठायची. केशवच्या घरी जायचं. त्या ठरलेल्या खोलीत, ठरलेल्या पंलगावर केशव पडलेला असायचा. पडलेला कसला म्हणा, त्याच्या भावांनी त्याला जाम पलंगाला करकचून बांधलेला असायचा. उशा-पायथ्याशी केशवचे दोन्ही भाऊ व त्यांच्या बायका बसलेल्या असायच्या. मुलं गुपचूप शेजारी असायची. मला पाहताच सगळ्यांचे जीव भांड्यात पडायचे. दोघांच्या बायका मग लगबगीनं स्वयंपाकघरात जायच्या.

"त्याच्या अगोदर दोऱ्या सोडा!" मी सांगत असे.

केवळ नजरेच्या जोरावर मी केशवला आवरू शकतो हे त्यांना माहीत असायचं. बांधून ठेवल्याखेरीज केशव कुणालाही आवरत नाही हे मला माहीत होतं, तरी अपराधी चेहरा करीत, केशवचे हातपाय सोडताना त्याचे भाऊ क्षमायाचनेच्या स्वरात म्हणायचे,

"भाऊ, जनावरासारखं बांधावं लागतं हे असं ह्याला. मनाला क्लेश होतात,

पण नाइलाज होतो आमचा. वामन, सांग भाऊंना- किती बेफाम झाला होता तो!''

''अरे, तुम्ही कुणी वैरी का आहात त्याचे? मला सगळं माहीत आहे. काही सांगायची गरज नाही.''

केशवला मोकळा करून दोघे दूर उभे राहायचे. केशवच्या सगळ्या अंगावर हात फिरवीत मी म्हणत असे,

''मागच्या वेळेपेक्षा खरकलाय.''

''खरकेल नाहीतर काय होईल भाऊ? त्याच्या डोक्यातून जातच नाही ते. पूर्वी मधेमधे खूप दिवस जायचे. हल्ली वारंवार होतं ते.''

विश्वनाथ सांगायचा.

''नाटकातलं काम थांबवल्यापासून फार वाढलं त्याचं.''

वामन सांगायचा.

''पुन्हा आलं होतं का कुणी?''

''त्यांच्या काय, आठवड्यातून दोन खेपा तरी होतातच.''

''परवा ते मॅनेजर माझ्याशी भांडायला उठले. मी केशवचं नुकसान करतोय. मला त्याचा उत्कर्ष बघवत नाही. तुमचा भाऊ कोण आहे हे तुम्ही जाणत नाही, आम्ही जाणतो-काय वाटेल ते बोलत होते.''

''तू काय सांगितंलस मग?''

''मी काय सांगणार? मी चक्क कानांवर हात ठेवले व म्हणालो, त्याचे पालक असतात पुण्याला. त्यांच्या सहीचं पत्र आणा-मग केशवला पाठवतो. बसले गप्प.''

ह्यावर मी काही विचारत नसे. केशवकडे पाहत म्हणायचो,

''ठीक आहे. त्याला विश्रांती घेऊ दे. डोळा लागलेला दिसतोय.''

तेवढ्यात वामनची बायको बाहेर येत सांगायची,

''डोळा कसला लागतोय! मार्फिया दिलाय तासापूर्वी. हे काय, सोडलं भाऊजींनी?''

''भाऊ आले आहेत, आता काय करायचंय बांधून.''

त्यानंतर चार-पाच दिवस केशवबरोबर घालवायला लागायचे. येता-जाता त्याची समजूत घालायची. कधी गोडीगुलाबीनं, कधी धाकानं त्याला सगळं समजवायचं. त्या चार दिवसांत तो हजार वेळा 'चुकलो चुकलो' म्हणत माझे पाय धरायला वाकायचा. त्या वेळी तो फार करुण, फार दीनवाणा वाटायचा. ह्या पोराकरता काय करावं हेच त्या तसल्या क्षणी सुचत नसे. केव्हा केव्हा तो तुफान रडायचा. त्या वेळी तोंडावर हात इतके घट्ट धरायचा

की ते काटकुळे हात मलाही दूर करता येत नसत. काटकुळ्या हातांच्या पंजात तो चेहरा झाकून घेऊन तासतास रडायचा. मी जबरदस्तीनं त्याचे हात दूर करू शकलो तर म्हणायचा, "भाऊ, डोळ्यांजवळून हात ओढून घेता माझे, तशीच ही माझी छाती फाडा. मन नावाची जी वस्तू असेल ती सापडली तर ते विचार असेच खेचून काढा माझ्या मनातून. नुसते हात काय ओढता भाऊ, नुसते हात काय ओढता?"

"आणि तो पुन्हा रडायचा जोरजोरात. रडण्याचा आवेग ओसरला की निपचित पडून राहायचा आणि रडण्याचा ताणही सहन नाही झाला की गडबडा लोळायचा. ते हाल पाहून केव्हा केव्हा वाटायचं की हा माणूस अख्ख्या शरीरात साठलेल्या ह्या दु:खानं फुटून जाईल. ह्याच्या शरीराच्या ठिकऱ्या उडतील ते तुकडे मग घरभर पसरतील. आपल्याला ते गोळा करावे लागतील. त्या प्रत्येक तुकड्याला दु:ख चिकटलं असेल. एखादी तुपाची बरणी फुटून घरभर तुकडे पसरले आणि ते तुकडे गोळा करताना ज्याप्रमाणे त्या तुकड्यांना तूप चिकटलेलं असतं. हा भयानक विचार जेव्हा पहिल्यांदा माझ्या मनात आला तेव्हा मी जितका हादरलो होतो तितका अजून हादरतो. जेव्हा मी केशवला तसा तडफडताना पाहिला तेव्हा-म्हणजे, हो, जवळजवळ दहा, बारा वर्षांपूर्वी.

माझी बायको तेव्हा मला म्हणाली होती,

"तुम्ही ह्याला का आसरा दिलात?-काही कमी-जास्त घडलं तर नसती गळ्याशी धोंड!"

आत्ता तार वाचताना हे सर्व आठवलं. आता हे सगळं संपलं.

दहा-बारा वर्षांपूर्वी रात्री दहा वाजता माझ्या घरी प्रथम आलेल्या केशवचा शेवट असा होणार आहे ह्याची कल्पना तरी होती का?

त्या दिवशी तो असाच आला. रात्रीची वेळ होती. ऑफिसमधून मीटिंग आटोपून मी नुकताच आलो होतो. पानावरच बसणार होतो. तेवढ्यात दरवाजा वाजला. उघडून बघतो तो एक अनोळखी व्यक्ती.

नमस्कार करीत त्या व्यक्तीनं विचारलं,

"भाऊसाहेब आहेत का?"

"मीच भाऊसाहेब."

"आपल्याला भेटायला यायचं आहे. केव्हा येऊ?"

"आत्ता आलाच आहात ना? या आत. मुद्दाम अपॉइण्टमेण्ट घेण्याची गरज नाही."

माझ्या पाठोपाठ तो हॉलमध्ये आला. मी बोट करून दाखवलेल्या खुर्चीवर संकोचत बसला. मी त्याच्यासमोर बसल्यावर जरा वेळानं त्यानं सुरुवात केली,
"मी आलो घारपुऱ्यांकडून. आपण घारपुऱ्यांना ओळखत नाही असं घारपुरेच म्हणाले..."
"बोला बोला, ऐकतोय मी."
"घारपुरे आपल्याला ओळखतात. मी घारपुऱ्यांकडे मदत मागायला आलो होतो. घारपुरे म्हणाले, मी तुमच्यासाठी काही करू शकणार नाही, पण भाऊसाहेब दातारांकडे गेलात तर ते हमखास उपयोगी पडतील. त्यांच्या आडनावाप्रमाणे त्यांचा स्वभाव आहे."
जिची आणि माझी ओळख नाही अशा व्यक्तीकडून माझा गौरव झालेला ऐकून मला जरा बरं वाटलं. ह्या गृहस्थाला आता काही आर्थिक साहाय्य हवं असेल असा मी अंदाज केला.
अजून तो फार संकोचानं बसला होता. माझ्याकडे तो अशा नजरेनं मधूनमधून पाहत होता की त्याचा सगळा भविष्यकाळ ह्या क्षणी माझ्या मनावर, माझ्या हातात होता. तरी त्याची जीभ रेटत नव्हती. त्याला मोकळेपणा वाटावा म्हणून मी म्हणालो,
"बोला, तुमचं काम मोकळेपणाने सांगा."
"मला... मला एखादी खोली मिळेल का राहायला?"
अपेक्षा केली होती त्यापेक्षा ही मागणी निराळी होती. मी चांगलाच विचारात पडलो. चार पैसे मागितले असते तर उचलून देता आले असते. पण खोलीचं कसं काय जमणार? स्वयंपाकघराकडे जाणाऱ्या पॅसेजला लागून एक लहान खोली होती. त्यात सगळं सटरफटर सामान टाकलेलं होतं. त्याला हवा आणि उजेड येण्यासाठी चांगली सोय नव्हती. पण खोली देण्याचं ठरवलं असतं तर तेवढीच खोली देता येण्यासारखी होती. मी विचारात पडलो.
"उद्या या. मी व्यवस्था करतो काहीतरी."
मी म्हणालो.
मला पटकन वाकून नमस्कार करीत तो उभा राहिला.
"तुमचं नाव?"
"केशव गाडगीळ."
ब्राह्मण म्हटल्यावर नाही म्हटलं तरी कुठंतरी अनुकंपा वाटली. केशवचं पारडं जरा जड झालं.
"उद्या सकाळी नऊच्या आत या."
"बरं."

"कुठं उतरलात?- घारपुऱ्यांकडे का?"
जरासा घुटमळत, जड आवाजात तो म्हणाला,
"स्टेशनसमोरच्या धर्मशाळेत!"
अंत:करणात चलबिचल झाली. चमकून मी विचारलं,
"धर्मशाळेत?"
"हो."
"पुण्यात परिचयाचं कोणीही नाही?"
"नाही."
"कुठल्या गावचे तुम्ही."
"वाईचे."
"कोण कोण आहे घरी?"
"मी आणि दोन भाऊ. त्याशिवाय वहिनी."
"भाऊ कुठं आहेत सध्या?"
"वाईला."
"इथं केव्हा आलात?"
"तासापूर्वी."
वाईहून हा अशा भलत्याच वेळी पुण्यात कसा आला असा उगीचच मनात विचार येऊन गेला.
"तासापूर्वी?"
मी विचारलं-अगदी सहज म्हणून.
"शिरवळहून चालत आलो. भाड्याचे पैसे शिरवळपर्यंतचेच होते."
मी खुर्चीवरून उठलोच. पाठोपाठ येण्याची खूण त्याला करीत मी पॅसेजमध्ये आलो. ती अडगळीची खोली उघडली. आत जाऊन दिवा लावीत मी त्याला म्हणालो,
"ही तुमची खोली. गैरसोयींची आहे. सध्या रहा. मग करू दुसरी व्यवस्था."
माझ्या पायाला हात लावण्यासाठी तो खाली वाकणार होता. मी त्याला थांबवलं. केशव खोलीत गेला आणि मी घरात गेलो. माझं पान अर्धं वाढून कुसुम माझी वाट पाहत बसली होती.
"त्याला अडगळीची ..."
"मी ऐकलं सगळं."
"एक-दोन दिवसांत त्याची करू छापखान्यात व्यवस्था."
"चालेल त्या खोलीत राहिला तरी सध्या."
कुसुमनं माझं पान वाढलं. पहिला घास मी घेणार तोच केशवचा विचार येऊन

मी कुसुमला म्हणालो,
"केशव काय करतोय पहा बरं जरा."
परत येऊन कुसुम म्हणाली,
"तो डाळं, चुरमुरे खातोय."
"अरे अरे भलतंच-"
मी तसाच पानावरून उठलो म्हणालो, "आणखीन एक पान घे."
केशवच्या खोलीच्या बाहेरून मी हाक मारली. तो पटकन बाहेर आला.
"पान घेतलंय-जेवायला चला."
"भाऊसाहेब..."
त्याच्या डोळ्यांत पाणी तरारलं.
"चला, चला."
तो मुकाट्यानं पाठोपाठ आला. हातपाय धुऊन तो अगोदर समोर देवघर दिसल्यावर तिकडे वळला. वाकून नमस्कार करीत तो माझ्याशेजारी मांडलेल्या पानाजवळ आला.
"बसा."
केशव बसला. चित्रावती घालून त्यानं जेवायला सुरुवात केली. त्याचा हात कापत होता. घास पण घशात अडकल्याप्रमाणं वाटत होता. दर दोन घासागणिक तो पाणी पीत होता. ह्या तऱ्हेनं जेमतेम पहिला भात संपला आणि त्यानं एक मोठा हुंदका दिला. पुढचं वाढप करायला आलेली कुसुम तशीच थबकली. त्याच्या पाठीवर हात ठेवीत मी म्हणालो,
"मन शांत करा, शांत व्हा."
त्याला जास्तच कढ येऊ लागले. रडतारडताच तो म्हणाला,
"मला माफ करा भाऊसाहेब. मला आणखीन नाही जायचं."
एवढं बोलून तो उठलाच. मी कसंतरी जेवण आटोपलं आणि माझ्या बेडरूमध्ये आलो. जरा वेळानं कुसुमनं मला बोलावलं. आम्ही दोघं केशवच्या खोलीपाशी गेलो. दरवाजा अर्धवट लोटलेला होता. बाहेरून मी पाहिलं. जमिनीवर गडबडा लोळत केशव तुफान रडत होता. बाहेर तो जास्त आवाज फुटू देत नव्हता. त्याच्या वेदना, मनस्ताप मात्र पाहवत नव्हता. असं वाटलं, ह्या दुःखानं त्याच्या देहाचा स्फोट होऊन खोलीभर शरीराचे बारीकबारीक तुकडे पसरतील आणि आपल्याला ते अवयव...

दुसऱ्या दिवशी सकाळी मी उठलो तो केशवनं त्याच्या खोलीचं स्वरूप पार बदलून टाकलं होतं. आरशासारखी लख्ख खोली करूनच तो केवळ थांबला

नव्हता तर जणू सगळ्या घराचा ताबा घेतल्याप्रमाणं त्यानं घर आवरायला घेतलं होतं.

"त्याला कामाला लावलंस?" मी कुसुमला विचारलं.

"छे! छे!...नको नको म्हणत असतानाच त्यानं सुरुवात केली."

"केशवराव-"

मी हाक मारली.

तत्परतेनं समोर येत केशव म्हणाला,

"भाऊसाहेब, मला असं 'अहो-जाहो' म्हणू नका. मला फार चोरटेपणा वाटतो."

"ठीक ठीक. आता माझ्याबरोबर दहा वाजता प्रेसवर चलायचं."

मान हलवीत तो त्याच्या खोलीत गेला.

प्रेसवर जाता जाता केशवकडून बाकीची हकिकत समजली. त्याच्या वडिलांची भिक्षुकी होती. ती जेव्हा चालेनाशी झाली तेव्हा ते एकाएकी नाहीसे झाले होते. आईची वगैरे चौकशी करायच्या आतच छापखाना आला.

केशवला मी आमच्या मॅनेजरकडे सोपवलं आणि त्याला कंपोझिंगची माहिती द्यायला सांगितली. त्याच्या दुपारच्या जेवणखाण्याची व्यवस्था पण मॅनेजरला बघायला सांगितली. केशवला पाच-दहा रुपये आगाऊ द्यायला सांगितले आणि नियमाप्रमाणे केशवचं नाव कामगारांच्या यादीत टाकायला सांगितलं.

दोन-तीन दिवसांनी मॅनेजरकडून एक गोष्ट समजली. केशव अगदी तन-मन-धन अर्पण करून नवं काम शिकत होता. दुपारच्या सुट्टीत तो जेवायला जात नव्हता. एक-दोनदा बरोबरच्या लोकांनी ओढून नेलं तेव्हा तो काहीएक न खातापिता पानावर बसून फक्त रडत होता. मला त्या एकाच गोष्टीचं नवल वाटत होतं. संध्याकाळी तो घरी यायचा पण जेवून आलो म्हणून सांगायचा. आणि पाचव्या का सहाव्या दिवशी केशव काम करतानाच चक्कर येऊन पडला. तो शनिवार होता. प्रेस बंद व्हायच्या वेळेलाच ती गोष्ट घडली. ताबडतोब कोपऱ्यावरच्या डॉक्टरांना आणण्यात आलं. डॉक्टरांनी तपासणी करून विचारलं,

"हा पोरगा किती दिवस उपाशी आहे?"

माझ्या लक्षात सगळा प्रकार आला. डॉक्टरानी शक्तीचं इंजेक्शन दिल्यावर माझ्याच गाडीत घालून मी त्याला घरी आणलं.

घरी येताच मी कुसुमला पान मांडायला सांगितलं अर्थात-केशवसाठीच.

पानावर बसल्यावर परत केशवला हुंदके यायला लागले. एकीकडे तो जेवत होता ते केवळ टीचभर पोटाच्या खळगीसाठी-नाइलाज म्हणून. पण त्याचं मन

रडत होतं, जळत होतं.

मी केशवकडे शांतपणे पाहत होतो. जेमतेम सतराअठरा वर्षांचा तो पोरगा-दिसायला तरतरीत होता. पण परिस्थितीनं पार काळवंडून गेला होता. त्याला विपुल केस होते, आकर्षक होते, निगा न राखताही व्यवस्थित दिसायचे. डोळेही पाणीदार होते, पण त्यात सतत दुःख आणि कारुण्य होतं. ह्या पोराला जर वैभवात ठेवला तर निश्चित राजबिंडा दिसेल. त्याच्या त्या डोळ्यांनीच माझी आतली तार कुठंतरी छेडली गेली होती. मनात अकल्पितपणे पाझर सुरू झाला होता. त्याच प्रेरणेनं मी त्याला पहिल्या भेटीपासून मदतीचा हात दिला. हे मी का केलं ह्याचा खुद्द ह्या क्षणापर्यंत मलाही पत्ता लागत नव्हता. आत्ता त्याच्याकडे बारकाईनं पाहताना अचानक गवसलं.

आज मुकुंदा-माझा मुलगा-एकुलता-हयात असता तर ह्याच वयाचा असता. केवळ तीन दिवसांच्या तापात...

केशव अर्ध्या पानावरून उठायला लागला, तेवढ्यात मी त्याचा हात पकडला.

''केशव, पोटभर जेव.''

''नको भाऊ, जायचं नाही.''

''माझी आज्ञा आहे, केशव.''

''भाऊ...'' तो जवळजवळ अगतिक होऊन ओरडला आणि लगेच माझ्या पायांवर कोसळला. त्याला मी उठवलं नाही. तो रडत राहिला. मी आणि कुसुम पाहत राहिलो. खूप वेळानं तो शांत झाला. डोळे पुसून तो म्हणाला,

''भाऊ, तुम्हांला आणि वहिनींना मी फार छळतोय, मला परत जायची परवानगी द्या.''

''ते आता विसरच. मला सगळं नीट सांग.''

''भाऊ, फार फार दुःख ऐकावं लागेल.''

''सांगून टाक सगळं. तुला मोकळं वाटेल. मनावरचा ताण नाहीसा होईल.''

''नाही भाऊ, हा ताण मरेपर्यंत राहणार जवळ. कसं हलकं वाटेल? भाऊ, माझी आई आणि एक धाकटी बहीण, दोघीजणी-दोघी...''

त्याला दुःख अनावर झालं. ओसरल्यावर तो म्हणाला,

''दोघीजणी भाऊ, भुकेपायी अक्षरशः टाचा घासत मेल्या. अगदी माझ्यासमोर. आणि मी...मी, मी काही करू शकलो नाही. त्यांचा मृत्यू डोळ्यादेखत पाहिला. त्या भूक भूक करीत गेल्या. आता अन्नानं भरलेलं ताट समोर आलं की त्यातले पदार्थ दिसत नाहीत. माझी आई आणि धाकटी जया-माझी निष्पाप बहीण जयू, जयू दिसते त्या पानात. भुकेनं कळवळलेली-मधूनमधून बेशुद्ध पडायची-भुकेनं. शुद्धीवर आली की 'जेवायला दे-' म्हणून ओरडायची.

टाहो । ८५

नाही...मी शेवटपर्यंत काही देऊ शकलो. दारोदार पळत गेलो होतो, प्रत्येक माणसाला देव मानून त्याच्या पायांवर डोकं टेकत होतो. पण नाही, भाऊ, कोणी उभं राहिलं नाही तेव्हा. माझी जया...माझी आई....जया...जया...''

एवढं कसंबसं सांगून केशव धावत त्याच्या खोलीत गेला. पाठोपाठ मी धावलो. कुसुम पण धावली. जमिनीवर पडून गडबडा लोळत केशव रडू लागला.

पुढं होत कुसुमनं त्याचं डोकं मांडीवर घेतलं.

दोन दिवसांनी केशव परत मूळपदावर आला. त्याच्या मनावर परिणाम होणार नाही अशा बेतानं मी रोज त्याला घराची हकीगत विचारीत होतो. हळूहळू त्याच्या गतजीवनातील सगळ्या हकिगतींची मला संगती लावता आली.

घरचं अठरा विश्व दारिद्र्य. वडिलांची भिक्षुकी. दारिद्र्य असलं की मुलं जास्त हा ठरलेला संकेत. केशवचं घर देखील त्याला अपवाद नव्हतं. वडील भाऊ काही दिवसांपूर्वी स्वतःच्या पायावर उभं राहण्यासाठी मुंबईला गेला होता. त्याचा जम पुरता बसायच्या आतच केशवच्या वडिलांची परिस्थिती डबघाईला येऊ लागली.

भावाचा जम बसताच त्यानं प्रथम लग्न केलं. लग्नाच्या मोबदल्यात त्याला मुंबईत राहायला जागा मिळाली सासऱ्याकडून. म्हणजे जागा हवी असेल तर लग्न करावं लागेल अशीच ती अट होती. त्यामुळे, नोकरी लागूनही घरच्या प्रपंचाला त्याचा हात लागेना. जेवढ्या वस्तू विकून उदरनिर्वाह करता येईल तेवढ्या विकून झाल्या आणि मग केशवचे वडील परागंदा झाले. केशवच्या आईनं त्याची हाय खाल्ली. वडील भावाला तारा केल्या. पण तो वाईला आला तो अंगात ताप घेऊनच. सगळंच दारिद्र्य. आकाशच फाटलेलं. कोण किती ठिगळं लावणार? त्याचाच परिणाम, कडेलोट म्हणजे केशवच्या आईचा आणि बहिणीचा मृत्यू.

सहनशक्तीचा अंत झाला तेव्हा केशव घरातून पळाला, तो असा रात्री दहाला माझ्यासमोर हजर झाला.

आणखीन दोन दिवसांनी मी केशवला शंभर रुपये देऊन सांगितलं,

''तू वाईला जा आणि काय हालहवाल आहे ती पाहून ये. भावांना भेट. तुझी काळजी करून ते थकले असतील.''

वाईला गेलेला केशव त्याच दिवशी रात्री परतला. त्याचा मोठा भाऊ विश्वनाथ परत मुंबईला गेला होता. बायकोला आणि वामनला घेऊन. वाईचा ऋणानुबंध कायमचा संपला होता.

ओळखदेख नसताना माझ्या घरी अवचित आलेला केशव माझ्याच घरचा होईल आणि त्याच्या भावांच्या आयुष्यात मला सर्वांत मोठं मानाचं स्थान मिळेल, ह्याची मला कल्पना तरी होती का?

दिवस हां हां म्हणता संपत होते, भूतकाळात जमा होत होते. केशवच्या दुसऱ्या भावाचं-वामनचं-पण लग्न झालं. उरला फक्त केशव.

त्याच्या लग्नाचा मी अनेकवार विषय काढला. प्रत्येक वेळी तो म्हणायचा, "भाऊ, मी हा असा. मधूनमधून मला ॲटॅक येतो. असह्य होईल तेव्हा मी जीव देऊन मोकळा होईन. उगीच एखादीच्या आयुष्याचं कायमचं नुकसान...."

हा एवढाच एक फार मोठा डाग होता. एरवी दृष्ट लागेल अशी वागणूक असलेला हा केशव ह्या एका बाबतीत माणसातून उठल्यासारखा होता. आईचा आणि बहिणीचा उपासमारीनं झालेला मृत्यू त्याला केव्हातरी आठवायचा. त्यावेळी त्याचं मन, त्याचं शरीर, त्याची बुद्धी ही जणू एखाद्या सैतानाच्या ताब्याखाली जायची. त्याचं जग मग बदलून जायचं. तो कुणाचाही राहायचा नाही. त्याचं 'सांत्वन' हा प्रकार अस्तित्वातच राहायचा नाही.

मी त्याला मोठमोठ्या डॉक्टरांकडे घेऊन गेलो. मानसोपचारतज्ज्ञाकडे नेलं. पण ह्या त्याच्या दुःखावर, आघातावर उपायच नव्हता. त्या परिस्थितीत त्याला डोळ्यांत तेल घालून जपणं एवढाच मार्ग होता. तेवढ्या वेळात त्याच्या डोक्यात आत्महत्येपर्यंत जेवढे विचार येतील, त्या सर्वांपासून त्याला परावृत्त करायचं, एवढंच करण्यासारखं उरलं होतं.

सुमारे तीन-साडेतीन वर्षांपूर्वी मुंबईला महत्त्वाचं काम निघालं म्हणून मी चाललो होतो. सहज म्हणून केशवला 'येतोस का' म्हणून विचारलं. तो पटकन 'येतो' म्हणाला. वामन, विश्वनाथ दोघांना तो खूप दिवसांत भेटला नव्हता. त्यावेळी विश्वनाथच्या घरीच उतरलो. त्याची जागेची अडचण, त्याच्या गळ्यात आपली मुलगी बांधून त्याच्या सासऱ्यानं सोडवली होती. आज मात्र ते वरदान ठरलं होतं. वीस-पंचवीस हजार पागडी देऊनसुद्धा तशी जागा आता मिळाली नसती. जागा मोठी असल्यानं आणि त्यांच्या घरी माझं स्थान फार उंचावर असल्यानं, त्याच्या घरी उतरण्यात संकोच नव्हता.

त्या मुक्कामात केशव तिथंच राहिला. तो माझ्याबरोबर पुण्याला परतला नाही. माझ्या छापखान्याच्या मुंबईच्या शाखेत मी त्याची व्यवस्था करून परतलो.

त्यानंतर एक-दोन महिन्यांची गोष्ट. सकाळीच कुसुमनं माझ्या हातात वर्तमानपत्र ठेवलं. मधल्या पानात एका नाटकाच्या प्रयोगावर सविस्तर वृत्तान्त आला होता. 'भाऊबंदकी' नाटकाचा प्रयोग होता. सर्व नामवंत नटसंचात केशवनं 'नारायणा'ची भूमिका केली होती आणि त्याच्या त्या छोट्याशा भूमिकेचं

मनापासून रसग्रहण केलेलं होतं.

त्याच दिवशी विश्वनाथचं मुंबईहून पत्र आलं. केशवच्या त्या नव्या उपक्रमाचं त्यानं वर्णन करून, मला व कुसुमला पुढच्या प्रयोगासाठी बोलावलं होतं.

'काका, मला वाचवा' ही किंकाळी विंगमधूनच बाहेर आली ती अंत:करणाचा थरकाप करीतच. मूर्तिमंत कारुण्य, वेदना, अगतिकता, उपेक्षा, अंत:करणातली तडफड आणि त्यापेक्षा अनेक शब्दांतील भाव त्या किंकाळीत दडले होते. त्या किंकाळीपाठोपाठ 'नारायण' बाहेर येऊन काकांच्या पायांवर कोसळतो.

टाळ्यांच्या कडकडाटानं थिएटर कोसळेल अशी मला भीती वाटली. श्वास उभा राहिला. काळ क्षणभर थांबला. कळत-नकळत बाहू स्फुरण पावले. हे नाटक आहे ही भावना राहिली नाही. जीव गलबलू लागला. पात्रांचे पुढचे शब्द मग ऐकू येईनात. अंत:करणात, मेंदूत अख्ख्या जाणिवेत एकच आर्त स्वर घुमत होता-

'काका, मला वाचवा.' गारद्यांनी नारायणाला फरफटत नेलं. आतून अद्याप तोच टाहो येत होता...'मला वाचवा...वाचवा...वा...''

मी ताडकन उभा राहिलो. बाहेर आलो. पुढचं नाटक मला आता समजणारच नव्हतं. बाहेर विश्वनाथ उभा होता. त्याचे खांदे घुसळीत मी बोललो,

''विशा, केशवचं हे शेवटचं काम.''

विश्वनाथ पाहत राहिला. मी परत म्हणालो,

''हे शेवटचं काम. त्यानं पुन्हा हे काम करता कामा नये. तू परवानगी देऊ नकोस. तू दिलीस तर मी देणार नाही.''

''का पण?''

''का पण काय? ती किंकाळी ऐकलीस का?-'वाचवा वाचवा' हे शब्द ऐकलेस का? अरे पोरा, त्या किंकाळीचा खरा अर्थ फक्त मला समजला आत्ता. केशवला देखील एक वेळ त्याची जाणीव नसेल, पण मला समजली ती किंकाळी. अरे, पाहतोस काय असा? तो टाहो केशवचा नाही. त्यात फार मोठा अर्थ आहे. तुझी जयू आहे त्यात. आई आहे. अख्खा जळलेला भूतकाळ आहे. त्यात. छे!छे! हे बरं नाही. केशवला तुम्ही कायमचे गमावून बसाल.''

''भाऊ, तुम्ही म्हणता ते खरं आहे. त्याची ती किंकाळी मी प्रथम ऐकली तेव्हापासून मी पण अस्वस्थ आहे. पण त्या अस्वस्थपणाचं कारण माझं मला समजलं नव्हतं आज मी म्हणूनच आत बसलो नाही. तुम्ही म्हणता ते बरोबर आहे.''

तार वाचून खाली ठेवली. हा सगळा इतिहास झर्रकन डोळ्यांपुढून गेला. कुसुमची कशीतरी समजूत घालून तिला तयार केली. दोघं मुंबईला आलो. मला यायला तसा उशीरच झाला होता. तार उशिरा मिळाल्यानं लगेचची गाडी मिळाली नव्हती. आम्ही पोचेपर्यंत केशव देहानंही नाहीसा झाला होता.

कॉट रिकामी होती.

गेल्या दोन-तीन वर्षांत माझ्या चार-पाच खेपांहून जास्त खेपा झाल्या होत्या. कॉटला तो बांधलेला असायचा.

आज सगळं संपलं होतं.

गाडीवर पोहोचवयाला आलेला विश्वनाथ म्हणाला,

''भाऊ, एका बाबतीत आपला अंदाज चुकला का हो?''

''कोणत्या?''

''मला वाटतं-कदाचित चुकीचं असेल ते वाटणं, पण वाटतं- की तो नाटकात काम करत होता तेच ठीक होतं!''

''कसं?''

''त्या एका किंकाळीत त्याचं सगळं दु:ख, वेदना, प्रक्षोभ बाहेर येत होता. प्रत्येक वेळी त्याचा पुनर्जन्म होत होता. तो आतून लख्ख रिकामा होत होता. हजारो लोकांना तो आपलं दु:खं एकदम सांगत होता. त्याची ती किंकाळी सगळ्यांजवळ न्याय मागत आहे असं वाटायचं आणि...''

''विशा...''

मी आवेगानं बोललो.

''नाही- म्हणजे भाऊ, माझं चुकत असेल... तुम्हांला जास्त...''

तेवढ्यात गाडी हलली.

मी विलक्षण बेचैन झालो. विश्वनाथ म्हणाला ते खरं होतं का?- 'टाहो'चा अर्थ फक्त मला समजला ह्या भ्रमात मी होतो. पण तेच त्याचं औषध होतं, हे मला कसं समजलं नाही?- दहा वर्षांपूर्वी, रात्री दहा वाजता, माझ्या घरी आलेल्या केशवच्या ह्या आत्महत्येला-म्हणजे मी जबाबदार आहे का?

आता प्रवासभर हा टाहो...

❖❖

टेरिलिन

क्वॉलिटीसारख्या रेस्टॉरंटमधला चहा मला परवडत नाही, तरी मी कधी कधी जातो. कारण तिथली चहाची किंमत ही निव्वळ चहाची किंमत नसते, हे समजलं. सबंध काचेच्या दरवाजातून दारावरचा पहारेकरी आपल्याला पाहतो आणि कमरेत किंचित वाकून दार उघडतो. अदबीनं. चहाच्या कपाच्या किंमतीची सुरुवात इथंपासून होते. आत पाऊल पडताच गार वाऱ्याची लाट मोरांचं पीस अंगावरून फिरवते. ह्या जाणीवेची ती किंमत. जाड गालिचा आपल्या तळव्यांना बूट असतानाही गुदगुल्या करतो. ती किंमत त्याचीच. वेटर मार्दवतेनं बसायला सांगतो. शालीनतेनं, सौम्य स्वरात विचारतो, 'साब, क्या लेना?' त्या स्वराची ती किंमत असते. खुद्द स्वत:चं घर कधी काळी बांधलं तर त्या घरात जे जे असायला हवं असं आपल्याला वाटेल ते सर्व आपल्याला तिथं भेटतं. चहाच्या कपाचे पैसे देण्याइतपत ऐपत असेल तर तेवढ्यापुरते आपण तिथले मालक असतो.

त्या मालकी हक्काच्या सौख्यभावनेची ती किंमत! खरं म्हणजे अशा हॉटेलात चहा फुकटच मिळतो.

एवढ्यासाठी मी तिथं जातो. तिथली थंड हवा प्यायला. तिथल्या शांततेलाही एक स्वर असतो, तो ऐकायला. अशा ऐश्वर्याचे आपण मालक आहोत घटकाभराचे ह्या समाधानासाठी. तसं पाहिलं तर सगळेच मालक घटकाभराचे!

आजही मी गेलो-आणि माझा विरस व्हावा अशी एक गोष्ट घडली...

माझं नेहमीचं टेबल मी अडवलं आणि दोनच मिनिटांनी माझ्यापाठोपाठ एक गृहस्थ आला. तो कसा होता...? अत्यंत कुरूप! म्हणजे किती?- निग्रो लोकांना देखील निग्रो म्हणून कुठंतरी रेखीवपणा असतो, पण हा प्राणी भलताच आडदांड, बेढब होता.

त्या मोहमयी वातावरणात, नीटनेटकेपणा, सौंदर्य ह्यानं भरलेल्या वास्तूत, अशा माणसाला प्रवेश करण्याचा काय अधिकार होता हाच प्रश्न पटकन

मनात आला. भारदस्त हॉटेलात येताना त्याचा त्याला काही विचार सुचायला नको का? त्याला हा अधिकार कुणी दिला...?

दिला असेल आर्थिक परिस्थितीनं.

होतं असं -ऐपत असलेली माणसं न शोभणाऱ्या गोष्टी सहजपणे करतात. ती अशीच उर्मट होतात. पैशाच्या मोबदल्यात सौंदर्याचा, सात्त्विक गोष्टींचा पाणउतारा करतात.

त्याच्या जोरावर हा माणूस इथं आला. पण नाही, नुसता पैसाच पुरेसा नसतो. अफाट पैसा असलेली माणसंदेखील नखं खात, फाटके कपडे घालून वावरताना दिसतात. ती तर ऐपतीचाही अपमान करतात. तेव्हा पैसाही हवा आणि तो चांगल्या दर्जानं खर्च करण्याची अभिरुची पण हवी.

अभिरुची-अभिरुची?-म्हणजे ह्या कुरूप माणसाला चांगली अभिरुची आहे. माझ्यासारखीच. माझ्या सर्व विचारांची मला तत्क्षणी लाज वाटली. केवळ तो कुरूप म्हणून त्याला काय इतर भावना नसाव्यात?

इतर रिकाम्या जागा सोडून का कुणास ठाऊक, तो माझ्याच समोर येऊन बसला. आता त्याच्याकडे नजर न टाकणं हेच कठीण होणार होतं. ज्याप्रमाणं आवडलेल्या वस्तूंकडं माणूस पुन: पुन्हा बघतो, त्याप्रमाणं न आवडलेल्या गोष्टीकडेही नकळत त्याची नजर वळते. मी त्याच्याकडं परत पाहिलं. ह्या वेळेला त्याच्या अंगातल्या शर्टनं माझं लक्ष वेधून घेतलं. दुकानात गेल्यावर प्रथम मी ज्या तऱ्हेच्या कापडावर उडी मारली असती, तसल्याच प्रतीचं ते भारी कापड होतं. पण पुन: पुन्हा कुठंतरी वाटून गेलं की, हा त्या शर्टचा अपमान आहे.

हे असलं कापड मी वापरायचं.

वेटर माझ्यासाठी ऑर्डर घेऊन आला. मी त्याला विचारलं,

"आज एअर कंडिशनिंग कमी आहे का?"

"एक युनिट बिघडलंय साहेब."

वेटर निघून गेला आणि तो समोरचा गृहस्थ मला म्हणाला,

"आत आल्याबरोबर मलाही ते 'फील' झालं. जरा गरम होतंय इथं."

मला आता शिष्टाचार म्हणून काहीतरी म्हणणं प्राप्तच होतं. मामुली प्रश्नोत्तरांची देवाणघेवाण झाली. मी तिथून लवकरच उठलो.

माझी चव त्या गृहस्थानं बिघडवून टाकली होती.

तो मला परत भेटणार नाही असं मी समजून चाललो होतो. पण एकदा तो भेटलाच. त्याच्या कुरूपपणामुळे मी त्याला लक्षात ठेवू शकलो त्यात काहीच नवल नव्हतं. पण त्यानं मला लक्षात ठेवलं होतं म्हणून पंचाईत झाली. मी

त्याला टाळू शकलो नाही. कारण पुढं येताच तो हसला,
मीही हसलो.
"इकडं कुणीकडं?"- मी विचारलं.
"सेंटची बाटली घेण्यासाठी बाहेर पडलो. भटकत भटकत इथंपर्यंत यावं लागलं. कुठंही मिळालं नाही आणि आता कुठं मिळेल असं वाटतही नाही."
"का?"
"ते फॉरिनहून मागच्या वेळेला मागवलं होतं, इथं किंमत असेल त्याची पंचवीस-तीसच्या आसपास. किंमतीच काही नाही, पण मिळत नाही हेच वाईट आहे."
"मग दुसरं घ्या कुठलं तरी."
"छे! छे! वापरीन तर इंटिमेटच. त्याची मजा इतर सेंटसना नाही."
बोलता बोलता आम्ही एकाच दिशेनं चालत राहिलो. नकळत आम्ही क्वालिटीपाशी आलो व जणू काही आधी सर्व कार्यक्रम ठरला होता अशा तऱ्हेनं आत गेलो. चहा घेता घेता त्यानं माझी माहिती विचारली. मी सांगितली. मी त्याला त्याचा व्यवसाय विचारला. तो म्हणाला,
"मी मोटारी विकत घेतो आणि विकतो. मला तुम्ही कोणत्याही गाडीची कोणतीही माहिती विचारा."
"मोटारी नुसत्या विकायच्या आणि घ्यायच्या, ह्यात बिझनेस होतो?"
"ज्याला जमेल तो व्यवस्थित करतो."
"तुम्ही कोणती गाडी वापरता?"
"फक्त टॅक्सी."
"अरे, नवल आहे!"
"बिलकूल नाही. मोटारी बाळगण्यापेक्षा त्या फक्त विकाव्यात, त्यात जास्त मजा आहे. कोणतंही मॉडेल तुम्हांला पूर्णत्वानं सौख्य देत नाही. कुठं ना कुठं काहीतरी कमी असतंच आणि मग आपापल्या मॉडेलपेक्षा दुसरी मॉडेल्सच चांगली वाटतात. पण ती केवळ आपली नसतात म्हणून आवडतात. ती आपल्या मालकीची नाहीत हाच त्यांचा गुण- करेक्ट?"
"मला अनुभव नाही." मी हसून म्हणालो.
"अनुभवाची काय गरज आहे?- ज्याप्रमाणं दुसऱ्यांच्या बायका आपल्याला जास्त आवडतात-तसंच मोटारींचं. पण कोणतंही मॉडेल परफेक्ट नसतं, करेक्ट?"
मी हसून दाद दिली व विचारलं,
"आर यू मॅरिड?"

९२ । मी माणूस शोधतोय!

"नो-नो!"
"वाटलंच मला."
"पण म्हणजे भटजीसारखी इतरांची लग्नं नाही लावून देत हं."-तो गडबडीनं म्हणाला.
"भटजी स्वत: एकदा लग्न करतोच, पण..." मी म्हणालो.
माझा युक्तिवाद पूर्णपणे समजून तो म्हणाला,
"एक्झॅक्टली! त्याचाच राग तो जन्मभर इतरांची लग्न लावून इतरांवर काढतो. पण आपलं तसं नाही. मोटार मी पण घेणार आहे आणि घेईन ती अशी घेईन की लोकांची नजर ठरणार नाही. आमचा एक दोस्त म्हणतो, मागं वळून वळून जिच्याकडं हजार वेळा पाहावंसं वाटतं ती सुंदर स्त्री. मी घेईन ते मॉडेल असंच असेल."
त्याची मोटार किती आकर्षक असेल हे मी केवळ कल्पनेनं ताडून पाहिलं. रस्त्यावरील सगळ्या मोटारींना खिजवत, ती एखाद्या सम्राटासारखी पुढं जाईल. माना वळवून, चालायचं विसरून लोक त्या मोटारीकडं पाहत राहतील.
आणि तेवढ्यात पुन्हा तोच विचार मनात आला की, त्या तशा मोटारीत हा कुरूप शोभणार नाही. माना वळवून पाहणारे रस्त्यातले लोकही हेच म्हणतील, "गाडी बेफाम आहे, पण तिचा मालक..."
"गंमत म्हणून गॅरेजवर या-" तो बोलत होता, "गंमत म्हणून या, एक निराळं विश्व पाहायला मिळेल."
"पत्ता द्या." मी भानावर येत म्हणालो.
पाकिटातून त्यानं एक व्हिजिटींग कार्ड काढून माझ्यापुढं टेचात धरलं. ते हातात घेत मी विचारलं,
"मनमोहन कोण?"
"मीच. बिझनेससाठी आणि मला आवडतं म्हणून घेतलेलं ते टोपणनाव आहे."

त्यानंतर खरोखरच एका आलिशान मोटारीतून जाताना मनमोहन मला भेटला. रस्त्यावरचा प्रत्येक पादचारी थांबून त्या मोटारीकडं पाहत होता. मनमोहन थांबून माझ्याशी बोलत होता तेव्हा लोक माझ्याकडेही बघत होते.
"घेतलीत?" मी विचारलं.
"नाही अजून. अशीच वापरायला आणली आहे. बरी वाटली तर घेईन ठेवून, नाहीतर फुकून टाकीन कुणाला तरी. चला येताय?"
"कुठं?"
"नुकताच ब्लॉक घेतलाय्. दाखवतो. जवळजवळ सत्तर-ऐंशी ब्लॉक्स पाहिले, पण जिथं पहिल्यांदा वाटलं की हा ब्लॉक आपला व्हायला हवा, त्या वेळेला

घेऊन टाकला, येताय बघायला?''
मनमोहनचं बोलणं संपेपर्यंत माझ्या मनात असंख्य विचार थैमान घालून गेले. त्यातले बहुतांशी विचार न शोभण्यासारखे होते. पण तरीही येत होते एवढं खरं. ह्या कुरूप माणसाचं नशीब मात्र हेवा वाटावा एवढं बलवत्तर होतं. त्याला मिळालेला ब्लॉकही तसाच असणार. आपण तो जर पाहिला तर फक्त बेचैनी वाढणार आपली. मग कशाला हे विकतचं दुखणं मागं लावून घ्या?
''मी आनंदानं आलो असतो, पण आज खरोखर बिझी आहे.'' मी म्हणालो,
''डझंट मॅटर, नेक्स्ट टाईम.'' असं म्हणत त्यानं गाडी सुरू केली.

मनमोहनच्या बाबतीत उलटसुलट विचार करून माझं मस्तक भणाणून जात असे. असं का व्हायचं ह्याचा मात्र मला पत्ता लागत नव्हता. त्याच्या कुरूपतेवर मी एवढं स्वत:ला का बेचैन करून घ्यावं?- असा प्रश्न मी अनेकदा स्वत:ला विचारीत असे, पण तरीही, त्या तऱ्हेचे विचार डोक्यात पिंगा घालायला लागले की मला ते आवरू पाहता आवरत नसत.
ह्यावर एकच उपाय होता. मनमोहनला चुकवणं. त्याची माझी मैत्री वाढणार नाही अशी दक्षता घेणं.

पण तेही साधणार नव्हतं.
मनमोहनने त्याच्या बायकोची ओळख करून दिली आणि माझा विचार मला ताबडतोब बदलावा लागला.
'हजार वेळा' जिच्याकडं वळून पाहावंसं वाटतं ती सुंदर स्त्री, अशी मनमोहनच्या दोस्तानं केलेली सुंदर स्त्रीची व्याख्या मला आठवली. इथं मात्र हजार वेळा मान वळवण्याचा प्रश्नच नव्हता. एकदा तिच्याकडे पाहिलं की दुसरीकडे मान वळू शकणारच नव्हती.
माझा विचार मला बदलावा लागला. मनमोहनच्या बायकोसाठी केवळ मी आता त्याच्या ब्लॉकवर जाणार होतो.
मनमोहननं तिला निवडावं ह्यात काहीच नवल नव्हतं. त्याचा 'चॉइस' तसाच होता. पण त्याच्या बायकोनं-माधुरीनं-त्याला कसा पसंत केला? ही अप्सरा त्या माणसाशी संसार करणार? -त्याच्या स्पर्शानं ती फुलणार? त्याच्या शब्दांनी ती बेभान होणार? त्याच्या सहवासानं ती धुंद होणार?-कशी? इज् इट् एव्हर पॉसिबल? मला ती समजायलाच हवी.
मी जायलाच हवं. मला मनमोहनचं वैभव बघवणार नाही. त्याला मिळणाऱ्या सुंदर वस्तूंचा उपभोग-पाहून-मी बेचैन होणार आहे, पण मी जाणार.

पहिल्या तीन-चार भेटीत निराळाच अंदाज आला. माधुरीला मी हवासा वाटू लागलो. पहिल्या एक-दोन भेटीतच प्रवासाचा अंदाज आला. दान माझ्याकडे झुकतंय असा कयास पक्का होऊ लागला. मग नजरेची भाषा सुरू झाली. शब्द अर्धे राहू लागले. अर्ध्या उद्गारातून अर्थ पुरा होऊ लागला. केवळ सूचक हालचालीतून संकेताचे धागेदोरे विणले जाऊ लागले. घरोबा वाढला आणि मग एकेक गोष्टी कळू लागल्या.

एकदा गेलो तर मनमोहन घरात कपडे धुवत होता. माधुरी गॅलरीत आरामखुर्चीवर सम्राज्ञीप्रमाणे बसली होती.

''मोहन कुठं आहे?'' मी विचारलं.

''धुणं-भांडी करताहेत.'' तिनं शांतपणे उत्तर दिलं.

माझ्या चेहऱ्यावरचं आश्चर्य पाहून ती पुढं म्हणाली,

''आज गड्यांच्या सुट्ट्या आहेत.''

माधुरीशी मी लग्न केलं असतं तर अक्षरशः तळहातावर मी तिला झेललं असतं. पण आज कुठंतरी काहीतरी चुकल्यासारखं वाटलं.

आणि नंतरच्या एक-दोन भेटीत तसाच प्रकार घडला. मनमोहन कामावर गेला असणार अशा अंदाजानं मी जायचो आणि तो घरातली कामं करताना दिसायचा. माधुरी आरामखुर्चीवर नाहीतर पलंगावर आराम करत असायची. एखादं पुस्तक वाचत, नाहीतर एखादं गाणं ऐकत.

कळत-नकळत माझा चेहरा बदलायचा, नाराज व्हायचा.

तरी मी जात होतो.

ज्या विषयावर माधुरी मला माझ्याशी बोलायला हवी होती त्या विषयावर बोलली नव्हती, ज्या अर्थानं आमच्यातलं अंतर कमी व्हायला हवं होतं त्या अर्थानं कमी होत नव्हतं. संधीच येत नव्हती.

पण आज ती एकटी होती. नुकतीच न्हाऊन, पाठीवर मोकळे केस सोडून ती सामोरी आली. दार उघडून ती पाठमोरी होत, तिनं पंखा सुरू केला. तिच्या लांबसडक, ओल्या दमट केसांचा मादक, मोहक सुगंध मला बेभान करून गेला. त्या दमट केसांतून आज बोटं फिरवता येतील का? तिची गोरी कातडी गरम पाण्यानं न्हायल्यामुळं स्वच्छ आणि लालसर गुलाबी दिसत होती, 'गुणवती, दुधानं न्हायलीस काय?' –हे होनाजी बाळा नाटकातलं बाळाचं वाक्य आठवून गेलं आणि त्याच वेळेला मनमोहनचा तीव्र हेवा, मत्सर वाटून गेला.

केतकीला वेढणारा भुजंगाचा विळखा...

"बसा की! किती वेळ बघत राहणार आहात असे?"

"नजरबंदी करणारा जादूगार बेहोष झालेल्या माणसाला असला प्रश्न विचारत नाही."

ती हसली.

"मनमोहन कुठाय?"

"आत्ताच गिरणीत गेले, दळण आणायला."

ताबा ठेवूनसुद्धा माझा चेहरा बदलला. तिनं ते बारकाईनं न्याहाळलं. माझ्यासमोर बसत ती म्हणाली,

"तुम्हांला काही गोष्टी आवडत नाहीत हे मला माहीत आहे."

"कोणत्या?"

"मी रंगाला अशी वागवते ते."

"कोण रंगा?"

"रंगा- ऊर्फ मनमोहन. त्यांचं खरं नाव रंगा. त्यांच्या एकूण वर्णाला शोभेसं नाव, त्यांनी स्वतःला मनमोहन नाव घेतलं. मनमोहन, मनमोहन..."

शेवटचं 'मनमोहन' हे नाव तिनं दोनदा अशा काही आवाजात, स्वरात-स्वतःशी म्हटलं की त्यात सगळा अर्थ आला. त्या संसारात मनमोहनची जागा काय आहे हे मला त्या स्वरानं सांगितलं; आणि कसं कुणास ठाऊक त्या क्षणी, त्या क्षणी माझ्यातला पुरुष जागा झाला. माझ्यातली निसर्गदत्त नवरेपणाची भावना उफाळून वर आली. क्षणमात्र मनमोहनची कीव आली.

तेवढ्यात तिनं मला विचारलं,

"रंगासारख्या कुरूप माणसाशी तुम्हांला मैत्री तरी कशी ठेवावी वाटली हो?"

त्या प्रश्नातला विखार मला झोंबला. माधुरीचं सौंदर्य त्या प्रश्नानं धुऊन टाकलं. एक खरमरीत उत्तर जिभेवर आलं. निग्रहानं मी ते परतवलं. माधुरीनं त्याच्याशी लग्न का केलं हे समजण्याचा क्षण हाताशी आला होता. चेहरा मिस्किल आणि हसरा करीत मी विचारलं,

"मी मैत्री केली, तुम्ही तर लग्न केलंत, ते कसं काय?"

"सांगू?"

"सांगा."

"रंगासारख्या माणसाला ह्या जगात जगण्याचा काय अधिकार आहे? ह्या सुंदर जगात जगायचं म्हणजे स्वतःजवळ पात्रता हवी आणि ती नसेल तर रंगासारख्या माणसानं गुलाम म्हणून जगलं पाहिजे. ह्याच विचारांपायी मी रंगाशी लग्न केलं. कमीत कमी एका कुरूप माणसाला गुलामासारखी राबवू शकेन आता मी जन्मभर. कुरूप माणसानं सौंदर्याची सेवा केलीच पाहिजे. सगळ्या चांगल्या गोष्टींचा हे लोक पाणउतारा करतात."

९६ । मी माणूस शोधतोय!

अगदी हेच विचार वस्तुत: माझे होते. पण ते जेव्हा केवळ माझे एकट्याचे आहेत अशी माझी कल्पना होती तेव्हा त्यातली दाहकता जाणवली नाही. पण आता माझ्यावर ज्या व्यक्तीचा मोठा पगडा होता, त्या व्यक्तीकडून हे विचार ऐकताच मी गारठलो, गोठलो, संपलो.

संवेदनशक्ती आटून गेली. ह्याच क्षणी माधुरी जवळ आली. माझ्या निकट बसली. माझी प्रतिकारशक्ती पांगळी झाली होती. मनातल्या सर्व विचारांवर विकारांनी मात केली. सर्व भावनेत अभिलाषा श्रेष्ठ ठरली. माझ्या खांद्यावर डोकं टेकीत माधुरी म्हणाली,

''ह्या जगात जगायचं तुमच्यासारख्यांनी-माझ्यासारख्यांनी! ह्या राजवाड्याला लाजवणाऱ्या ब्लॉकमध्ये संसार करावा तो तुमच्याबरोबर. धुंद व्हावं ते तुमच्या सान्निध्यात-अर्पण करावं सगळं सगळं उधळून ते तुम्हांला. सौंदर्याची पूजा करण्याचा अधिकार आहे तो केवळ सौंदर्यालाच.''

तिच्या केसांचा दाट वास खोलवर गेला. मी तो वास भरून घेतला. दुधानं न्हायलेला तो देह माझ्याजवळ आला. ते ओले रेशमी केस मला स्पर्शाचा खरा अर्थ पहिल्यांदा सांगू लागले.

मी भीत भीत तिला आलिंगन देण्याचा प्रयत्न केला. असं वाटत होतं, ह्या गुलाबाच्या पाकळीला आपला बाहुपाश पेलवणार नाही. श्वासानं कोमेजणारं हे रूप, नाजूक देह, ही कळी, हिला हळुवारपणानं गोंजारण्यासाठी मला स्वतःला तिच्यापेक्षा हळुवार होता येईल का? -कल्पनेनं तिच्या देहावर मी अनेकदा तुटून पडलो होतो, पण आता मात्र वाटत होतं, आपण आता चांदणं होऊन तिला आलिंगन द्यावं किंवा रातराणीचा वास घेऊन येणारी रात्रीची झुकझुक होऊन तिला वेढावी. तितकं शीतल, तितकं हळुवार, तितकं नाजूक, तितकं कोमल, तितकं हलकं फुलकं आणि तेवढ्यात माधुरीनं मला दूर ढकललं. ती ताडकन उभी राहिली. माझ्यासमोर उभी राहून ती ओरडली,

''तुम्ही जा, पुन्हा येऊ नको इथं-जा, जा.''

मी स्तंभित होऊन पाहत राहिलो. हा केवळ वज्राघात होता.

''माधुरी...''

''मी मनमोहनची बायको आहे. तुम्हांला सांगू मी कसं लग्न केलं ते?''

''नको.''

''ऐकून ठेवा. जाऊ नका-त्या दिवशी मी धावत्या गाडीतून पडणार होते, माझ्या ह्या देहाच्या ठिकऱ्या ठिकऱ्या उडणार होत्या. आजूबाजूला अनेक पुरुष होते, पण ती सगळी तुमच्यासारखी बाहुली होती. त्या क्षणी मनमोहननी मला वाचवलं. माझ्या कमरेभोवती पोलादी हातांचा विळखा बसला आणि मी डब्यात

ओढले गेले. एखादं सशाचं पिल्लू उचलावं तेवढ्या सहजतेनं मनमोहननं मला उचलून ठेवलं होतं आत. भीतीनं मी जवळ जवळ अर्धमेली झाली होते. पण त्या अर्धवट शुद्धावस्थेतही एकच प्रत्यय आसमंत व्यापून राहिला होता. तो म्हणजे मनमोहनचा पोलादी स्पर्श-तुम्हांला कळलं असेल सगळं आता. तुम्ही जाऊ शकता आता.''

अपमानानं, अवहेलनेनं धुसफुसत मी बाहेर पडलो. मानभंगानं मी आत जळत होतो. आपला हा अपमान कुणीही पाहिला नाही हे समाधानदेखील पुरेसं पडत नव्हतं. माधुरीला काय म्हणायचं होतं मला पुरतं समजलं होतं. मी जिन्यापाशी आलो. लिफ्टसाठी न थांबता मी धडाधडा खाली आलो.

समोरच दोन्ही हातांत काठोकाठ भरलेल्या तीन पिशव्या घेऊन मनमोहन उभा होता. माझ्या डोक्यापर्यंत गरम रक्त चढलेलं होतं. समोर आडदांड मनमोहन उभा होता. त्याच्या पीळदार देहयष्टीकडे माझं प्रथम लक्ष गेलं. माझ्यासारख्या दहा माणसांना त्यानं त्या पिशव्यांप्रमाणे उचललं असतं.

त्या क्षणी तो मला सुंदर वाटला आणि मग मी भयंकर संतापलो. तो राग कसला होता? सर्व काटकुळ्या माणसांना ताकदवान माणसाचा जो राग येतो तो होता की- माधुरीनं केलेला तो मनोभंग... ...

मला ठरवता येईना, पण मी ताडकन, एकाएकी ओरडलो,

''रंग्या...''

त्यानं तिन्ही पिशव्या लीलया खाली ठेवल्या.

''काय?''

''तू असा गुलामासारखा राबतोस, तुला शरम नाही वाटत?''

त्याच्या काळ्याकुट्ट देहावर-लोखंडाच्या कांबीवर-ठिकठिकाणी पीठ लागलेलं होतं, ते त्यानं शांतपणे झटकलं. त्याच्या दंडाचे स्नायू खालीवर हलले. शिरा टरटरून फुगून बाहेर आल्या.

तो नुसता हसला.

''हसतोस काय?''

''हे बघ, टेरिलिनचा शर्ट वापरायची हौस आपली म्हणजे, परवडला नाही तरी त्याचा लाँड्रीचा खर्च करावा लागतो. नाहीतर, त्याची घरीच निगा राखावी लागते. तो स्वतःला, सांभाळून धुवावा लागतो. पण दोस्त, टेरिलिनचा एक सर्वात मोठा गुण म्हणजे, तो अगदी आपल्याला हवा तसा-म्हणजे अगदी वाट्टेल तसा पादडता येतो. त्याची किंमत त्यावेळी वसूल होते. आलं लक्षात?''

मी बघत राहिलो. तो अर्थपूर्ण हसला.

त्यानं त्या तिन्ही गच्च भरलेल्या पिशव्या कचकन उचलल्या आणि माझ्याकडे न बघता तो जिना चढायला लागला. मी त्याच्या दंडाचे स्नायू आणि टरारून फुगलेल्या शिरा पाहत राहिलो.

शोध

“अनु, आम्ही दोघं तुझी माफी मागतो हवं तर, पण तू काहीतरी बोल. अशी गप्प बसू नकोस.”

मी एवढं म्हणालो, तरी ती गप्प राहिली.

मी मुक्ताकडे पाहिलं. तिनंही माझ्याकडे त्याच नजरेनं पाहिलं.

नंतर काय करावं हे आम्हा दोघांनाही सुचेना.

दिवस असता तर पंधरा-वीस मिनिटांत बांधाबांध करून अक्षरश: अनुच्या खोलीवरून आम्ही पळ काढला असता.

रात्री बारा-साडेबाराच्या सुमारास कुठं जाणार?

अनुचं जेवण आटोपलं होतं.

हात धुवायला न जाता ती तशीच पानावर बसून होती.

“अनु...” मुक्तानं बोलण्याचा प्रयत्न केला. मुक्ताकडे नजर रोखीत अनु म्हणाली, “तुम्ही रुपयाची ती नोट घ्यायला नको होती.”

तिच्या स्वरातली नाराजी, कडवटपणा आम्हा दोघांना जिव्हाळी लागला.

अनु समोरून उठून गेली.

हातून घडलेली चूक कशी सुधारावी ह्यावर विचार करण्यात अर्थ नसल्यामुळे मी त्यावर मुळीच विचार करीत नव्हतो.

कारण, घडलेली घटना दुरुस्त करता येईल ह्या स्वरूपाची नव्हती.

सकाळपर्यंतचे काही तास अनुच्या खोलीवर कसे काढायचे एवढाच प्रश्न होता. आणि एकमेकांशी ह्या विषयावर न बोलता-तोच प्रश्न दोघांना सतावतो आहे हे दोघांनी ओळखलं होतं. सकाळी तरी जाताना आम्ही काय करणार होतो? शंभर वेळा ‘बाई गं, आमचं चुकलं’–असंच म्हणत अपराध्याप्रमाणे जिना उतरणार होतो ना?

छे!

It was just a problem !

प्रॉब्लेम आणि ब्लेमसुद्धा!

सकाळीच पुणं सोडताना, आज रात्री अनूच्या खोलीवर असा काही प्रकार घडणार आहे असं कुणी सांगितलं असतं तर आम्ही त्यावर विश्वास ठेवला असता काय?
बाब निव्वळ एका रुपयाची.

आणि तेवढ्यासाठी अनु असं करील?
इतक्या वर्षांचा स्नेह विसरून अपमान करील?
शक्य आहे.
ती अनु इनामदार आहे हे आम्ही विसरलो. तिच्या विक्षिप्त स्वभावाचा आम्हांला विसर पडावा ह्यात तिची काहीच चूक नाही.

तिचा हा असला विक्षिप्त स्वभाव, मला खरं तर आवडलेला.
अगदी पहिल्यापासून.
म्हणजे बी. ए. नंतर तिनं आबासाहेबांचा निरोप घेतला तेव्हापासून.
तिनं घराला रामराम ठोकला हेही मला आबासाहेबांकडून समजलं.
सहज चक्कर टाकली, एक रूटीन म्हणून. इकडच्या तिकडच्या गप्पा झाल्या, आणि सहज विचारलं,
''आबासाहेब, अनु दिसत नाही कुठं?''
''अनुनं घर सोडलं.''
''आँ...?''
''पाच वर्षांपुरतं.''
''मी नाही समजलो.''
''त्याचं असं आहे. प्राप्तेषु षोडषे वर्षं... हा नियम आपण फक्त मुलाच्या बाबतीत सांभाळतो. मुलींनाही तोच न्याय लावायला हवा आणि अनुसारख्या मुलीच्या बाबतीत तर ही सवलत प्रथम हवी.''
''ते सगळं मान्य आहे, पण घर सोडायचं कारण...''
''फक्त पाच वर्षांसाठी.''
''पण का?''
''तिनं माझ्यासाठी केवळ पाच वर्षांची सवलत दिली.''
''म्हणजे काय पण?''
''पाच वर्षं ती घर सोडून गेली आहे हे तिच्यासाठी नाही तर माझ्यासाठी!''
''असं अनु म्हणते.''
''मला वाईट वाटू नये म्हणून.''

“आलं लक्षात.”- एकूण अंदाज येऊन मी म्हणालो. तोच आबासाहेब म्हणाले, “तिचं मला थोडंसं पटलं. थोडंसं म्हणण्यापेक्षा पुष्कळसं.”

“काय पटलं?”

“अनु म्हणाली, मी मुलीच्या जन्माला आले आहे, तेव्हा माझं लग्न केल्याशिवाय तुम्ही मला सोडणार नाही आणि मी लग्नच करणार नाही- ह्यासारखे पणही मला करायचे नाहीत. फक्त लग्नापूर्वी पाच वर्षं मला स्वत:ची म्हणून जगायची आहेत.”

“म्हणजे कशी?”

“हा प्रश्न मीही तिला विचारला. तेव्हा ती म्हणाली. पाच वर्षं माझी स्वत:ची म्हणजे purely माझी स्वत:ची असावीत, त्या वर्षांशी कुणाचाही संबंध असता कामा नये. मला त्याचा कुणी अकौंट विचारता कामा नये. तुम्हीसुद्धा. पाच वर्षं मी एकटी जगणार!”

“म्हणजे निश्चित काय करणार?”

“अगदी, तिच्याच शब्दांत सांगतो. ती म्हणाली, कुणाच्या ना कुणाच्या कलानं चालण्याची सवय प्रत्येक व्यक्ती परंपरेनं लावून घेते. माणूस स्वत:चं व्यक्तिमत्त्व स्वत: घडवीत नाही. कुणाचा ना कुणाचा तरी त्याच्यावर पगडा असतो. विचारांवर छाया पडलेली असते. आई-बाप एखाद्या व्यक्तीवर प्रेम करतात म्हणून मूल त्या व्यक्तीवर प्रेम करू लागतं. जे आई-वडिलांचे शत्रू तेच त्या मुलाचे शत्रू. ह्याचाच अर्थ असा की, स्वत:चा स्वतंत्र मेंदू घेऊन जन्माला आलेला जीव दुसऱ्याचं ऐकतो, त्याच क्षणी तो स्वत:चं अस्तित्व, निसर्गानं जगाकडे पाहण्याची दिलेली स्वतंत्र नजर हरवून बसतो. मला पाच वर्षं एवढ्याचसाठी एकटं राहायचं आहे. माझे स्वत:चे विचार आणि तुमच्या विचारांचा पडलेला पगडा ह्यात किती अंतर आहे हे मला पाहायचंय!”

मी सर्द झालो, गप्पच बसलो. आबासाहेब स्वत:चा तोल जाऊ न देता तटस्थ राहत पुढं म्हणाले,

“येथून जाण्यापूर्वी ती खूप बोलली. एक संपूर्ण रात्र ती नुसती बोलत होती. ती म्हणाली, तुम्ही आजवर मला काहीही वाईट शिकवलं नाहीत. चांगल्यात चांगलं जे जे काही असू शकतं ते माझ्यावर उधळून टाकलंत. पण तुम्हांला चांगल्या वाटणाऱ्या गोष्टी आणि मला चांगल्या वाटणाऱ्या गोष्टी ह्यात थोडीतरी तफावत असणार की नाही? मी हो म्हणालो. ती म्हणाली, ह्या तफावतीबद्दल दु:ख करण्यात अर्थ नाही. There are two brains functioning independently. म्हणजेच आबा, द्वैत आलं. म्हणजेच दु:ख. म्हणूनच जगाकडे पाहताना मला माझा चष्मा हवा. प्रत्येक वस्तूचं, घटनेचं, व्यक्तीचं

मूल्यमापन करायला मला माझी नजर स्वतंत्र तयार करायची आहे - आणि तेही संसारात पडण्यापूर्वी!''

''अनु संसार करायचा म्हणते का?''

''म्हणते का? तिला संसाराची अनिवार ओढ आहे आणि स्वत:चा संसार यशस्वी करण्याची तिची महत्त्वाकांक्षा आहे. पण तत्पूर्वी तिला जग पाहायचं आहे. स्वत:चे अनुभव स्वत:च जमा करायचे आहेत. समाजात मिसळल्याशिवाय समजत नाही आणि व्यक्तीही कळत नाहीत असं ती म्हणते. समाज ही विशाल अर्थानं व्यक्तीच असते आणि व्यक्ती घटकरूपानं समाजच आहे असं एका महाराजांचं विधान नेहमी ऐकवते. पण त्यावरही ती असं म्हणते की, हे त्यांचं मत झालं. मला त्यातलं सत्य शोधायचं आहे.''

''म्हणजे ती नक्की काय करणार?''

''नोकरी.''

''कसली?''

''आधी नर्सिंग शिकणार, नंतर नर्स होणार.''

''नर्स?''

''हो.''

''नर्सच का?''

''ते तिनं दोन दिवसांपूर्वी पाठवलेल्या पत्रात लिहिलंय.''

''आहे का पत्र?''

''दाखवतो ना!''

आबासाहेबांनी पत्र दाखवलं. मजकुरात त्या दोन ओळी विलक्षण होत्या. जीवनाचं सार त्या दोन वाक्यांत होतं.

मला ते सुभाषित वाटलं.

नर्सिंगचाच पेशा का निवडला हे सांगताना अनुनं लिहिलं होतं-

आबा,

इस्पितळ आणि पेशंट हे विश्व असं आहे की सुख आणि दु:ख इथं खऱ्या स्वरूपात भेटतं. दोन्हीत भेसळ सापडत नाही. इतर ठिकाणची किंवा आयुष्यातल्या अवांतर घडामोडींतली सुखदु:खं मला तकलादू वाटतात. कपड्यावर वरून शिंपडलेलं सेंट आणि फुलाच्या गाभ्यातून बाहेर येणारा सुगंध ह्यात जेवढं अंतर आहे तेवढं अंतर ह्या विश्वातल्या सुखदु:खात आणि बाहेर भेटणाऱ्या सुखदु:खात आहे आणि मला वाटतं, इथलं सुख, इथला आनंद फुलातून येतो आणि दु:ख ज्वालामुखीसारखं भेटतं. पेशंटला आम्ही ऑक्सिजनवर ठेवतो तो जितका Pure असतो, तितक्याच प्रमाणात मी सध्या

Pure सुखदु:खाचे अनुभव घेत आहे. ह्या दोन वीरांची ओळख झाली की संसार म्हणजे चुल्यावरचा तवा वाटणार नाही.''

अनुनं मुंबईत आणि व्यवसायात झक्क जम बसवला. के. ई. एम. मध्ये नोकरीही मिळवली. हॉस्पिटलच्या समोरच्याच गल्लीत, एका तीन मजली इमारतीत तिनं खोली मिळवली. सजवली.
नीटनेटकेपणानं. टाकटुकीनं ती राहू लागली. कधी चिडचिड नाही,
आदळआपट
नाही. थट्टामस्करी, गप्पाटप्पा ह्यात कालापव्यय नाही आणि तरीही दुर्मुखलेली -उदास नाही. प्रसन्नपणे ती आयुष्यात रममाण झाली होती.
अनुनं मुंबईत बिऱ्हाड थाटल्यामुळे, मुंबईत उतरायचं कुणाकडे हा आमचाही प्रश्न मस्त सुटला होता.
आमच्या प्रत्येक खेपेत अनूनं काहीतरी नवा टप्पा गाठल्याचं आम्ही पाहत होतो. ती पोरगी केवळ वयानं वाढत नव्हती.
अनुभवानं समृद्ध होत होती. समजुतीनं वाढत होती.
तिनं निवडलेल्या व्यवसायात ती हरवली होती. ते तिचं विश्व बनलं होतं. तिनं अख्खं के. ई. एम्. जिंकलं होतं.
डॉक्टर्स, सर्जन्स, फिजिशियन्स, डीन, मेट्रन, तिच्या समव्यवसायी भगिनी आणि पेशंट मंडळीसुद्धा.
हे सगळं पाहून मी तिला एकदा म्हणालो होतो,
''अनु, तू डॉक्टरच व्हायला हवं होतंस.''
''का?''
''तुझी बुद्धी, कामावरची निष्ठा, स्टॅमिना हे सगळं पाहिलं की वाटतं, नर्सिंगच्या व्यवसायात तू वाया जात आहेस. तुझी कॅलिबर डॉक्टर होण्याची आहे.''
अनु पटकन् म्हणाली,
''म्हणूनच मी नर्स झाले.''
''म्हणजे काय?''
''डॉक्टर होणं सोपं आहे असं मला वाटत गेलं. मला जितकी बुद्धी परमेश्वरानं दिली आहे तेवढी बुद्धी, शिक्षण परवडण्याइतका पैसा आणि तुफान अभ्यास करण्याची तयारी, इतक्या भांडवलावर कुणीही डॉक्टर बनू शकेल. मी तर नक्कीच झाले असते.''
''तेच मला हवंयू. मग का झाली नाहीस? आता करू शकतेस ह्यापेक्षा जास्त

चांगली सेवा तू व्याधीनं पिडलेल्या माणसांची करू शकली असतीस.''
''मुळीच नाही. 'सेवा' ह्याच दृष्टिकोनातून मला विचाराल तर म्हणेन,
डॉक्टरपेक्षा नर्स महत्त्वाची. तिची जबाबदारी अधिक.''
''अनु, तुझे विचार अफाट असतात.''
''नुसतेच अफाट? अफाटपणापलीकडे त्यात काही नाही?''
''आता हेच सांग ना, डॉक्टर मोठा की...''
''जस्ट वेट. मी त्या अर्थानं तुलना करू इच्छित नाही, कारण तशी तुलना
होणारच नाही. उत्तम डॉक्टर होण्यापेक्षा, उत्तम नर्स होणं कठीण आहे, इतकंच
माझं म्हणणं. डॉक्टरी पेशात ज्ञानाचा भाग मोठा आहे. माझ्या व्यवसायात
मनाचा भाग मोठा आहे. डॉक्टरांचा स्टेथॉस्कोप फक्त छातीपर्यंतच पोहोचतो.
नर्सचा हात काळजाच्या आत जातो. रोग जाणता आला की डॉक्टरचं कार्य
संपतं. नर्सला पेशंट समजावा लागतो. मला रोगाची माहिती नकोच आहे. मला
माणसाची माहिती हवी आहे आणि ती माहिती कशी मिळवायची हे कोणतंही
शास्त्र सांगत नाही. शास्त्र फक्त रोगाची नावं सांगतं. पूर्वी हे रोग होतेच. त्यांची
नावं माहिती नव्हती. पेशंट एक्झॅक्टली कशानं गेला ते आता पटकन् सांगता
येतं. कारण सायन्स पुढं गेलं. त्यांनी नावं शोधली. माणूस हा माणूसच
राहिला. तितकाच अनाकलनीय.''
''तुझा शास्त्रावर राग का?''
''राग? कोण म्हणतं? राग मुळीच नाही. मला इतकंच वाटतं, की शास्त्र हे
जगू शकणाऱ्याला आणखी चांगलं जगायला देतं. मरणाऱ्यासाठी अजून शास्त्र
काही करू शकत नाही. तिथं सगळ्याच धन्वंतऱ्यांचे हात थकतात. पेशंटलाही
ते समजून चुकतं. पण धन्वंतरी थांबला तरी नर्स थांबू शकत नाही.''
''अनु, you are perfectly right.''
''म्हणूनच मला हा पेशा महत्त्वाचा वाटतो. मी आमच्या डीनसाहेबांना नेहमी
म्हणते की तुम्ही डॉक्टरमंडळी फक्त रोग्यांचा ताप पाहून मोकळे होता. आम्ही
ताप आणि मनस्ताप दोन्हींचं निवारण करायची धडपड करतो.''

अशी ही अफाट अनु आत्ता एकाएकी रागावली होती. नर्सिंगचा कोर्स झाला.
तिला नोकरी मिळाली आणि नंतर तिची एकूण करियर पाहून तिला कुणी
सोडायला तयारच होईना.
आबासाहेबांना तिनं दिलेली पाच वर्षांची मुदत तर केव्हाच उलटली होती.
आबासाहेबांनी लग्नाचा विषय काढला की अनु त्यांना पत्रातून कळवायची,
''लग्न नक्की करणार आहे. आदर्श संसार करून दाखवणं ही माझी ॲम्बिशन

आहे आणि त्या परीक्षेत मी नक्की पहिल्या क्रमांकानं पास होणार. निरनिराळ्या व्याधींनी त्रस्त झालेल्या पेशंटच्या व्हिम्स जी मुलगी सांभाळू शकते तिला खोडकर मुलं आणि हट्टी नवरा सांभाळणं काहीच कठीण नाही.''

अशी ही अफाट अनु रागावली होती. निमित्त काय?

तर तिची एका रुपयाची नोट घेतली हे.

तीदेखील आम्ही मुद्दाम घेतली नाही.

मुंबईच्या आमच्या ह्या मुक्कामात आमचे मित्र भिडे आणि भिडेवहिनी आम्हांला भेटायला आल्या. अनुच्या खोलीवर गप्पागोष्टीत रात्रीचे अकरा कधी वाजले समजलंच नाही.

दोघं जायला निघाली. वहिनी सहज म्हणाल्या,

''आपण टॅक्सीनं जाऊ बाई! त्या बसचा आणि गाडीचा अगदी उबग आला.''

''टॅक्सीनं जाऊ. त्यात काय मोठंसं! फक्त सुटे पैसे वर आहेत की नाही पहा. तेवढ्यासाठी टॅक्सीवाल्यानं अडवायला नको.''

मग शोधाशोध. कारण दोघांकडे दहाची नोट निघाली.

''भिडे, एक मिनिट थांबा. मी देतो सुटे पैसे.''

माझ्याजवळचे आणि मुक्ताजवळचे असे सगळे पैसे जमा केले तर नऊच रुपये भरले.

''अहो चालेल एक रुपया कमी.'' भिडे वहिनी म्हणाल्या.

''वा वा, असं कसं?-एक मिनिट थांबा. एखादा रुपया कुठंही मिळेल. मी अनुच्या कपाटात पाहते.''

मुक्तानं अनुचं कपाट उलटंपालटं केलं. पण पैसे सापडले नाहीत. भिडे जायला निघाले तोच काहीसं आठवून मुक्ता म्हणाली,

''एक मिनिट थांबा. रुपया मिळेल.''

''कुठाय?''

''अनुच्या टेबलावर काच आहे, त्या काचेखाली तिनं एक नोट ठेवली आहे.''

''That's good!''

मी आणि भिड्यांनी टेबलावरची ती अखंड काच वर उचलली, मुक्तानं पटकन् खाली हात घालून नोट काढून घेतली. भिडे पतिपत्नी निघून गेली. अनु कामावरून परतली. तिच्या रिवाजाप्रमाणं तिनं अंघोळ केली. मग ती पानावर बसली. आम्ही दिवसभराच्या हकिकती सांगितल्या आणि मध्येच मुक्तानं, काचेखालची नोट भिड्यांना दिल्याचं सांगितलं.

एकाएकी नूर बदलला.

अनु गप्प झाली. आम्हांला चोरट्यासारखं झालं. मी घाईघाईनं म्हणालो,

"सुटे पैसे आणतो उद्या आणि लगेच तुझी नोट..."
"Kindly stop it." अनुनं तुकडाच तोडला.
शेवटी मी म्हणालो,
"अनु, आम्ही दोघं तुझी माफी मागतो हवं तर, पण तू काहीतरी बोल."
त्यावर जरा वेळानं ती म्हणाली,
"तुम्ही ती नोट घ्यायला नको होती."

कितीतरी वेळ हा सगळा इतिहास आठवत मी गॅलरीत उभा होतो. मुक्ता आत
होती. अनु काय करीत होती हे कळत नव्हतं.
तेवढ्यात मुक्ता गॅलरीत आली. मी पाहिलं तर मुक्ताच्या अंगावर बाहेर जायचे
कपडे.
"हे काय?"
"बाहेर जायचंय."
"आत्ता? कुठं?"
"भिड्यांकडे."
"भिड्यांकडे? कशाला?"
"त्यांच्याकडे ती नोट अजून असेल का ते पाहायचं असं अनु म्हणते."
"It is sheer madness." मी पटकन् म्हणालो.
"I accept this comment." अनु पुढं येत म्हणाली.
"अनु, तीच नोट नेमकी टॅक्सीवाल्याला गेली असेल. कारण सुट्या पैशांचाच
प्रश्न होता."
"शक्य आहे. नेमकी तीच नोट टॅक्सीवाल्याकडं गेली, हे मला भिड्यांकडून
कळू दे. मग मी थांबेन."
"अनु, माझं ऐकशील?"
"गळ घालू नका. मी ऐकणार नाही. माझा स्वभाव तुम्हांला माहीत आहे. ज्या
टप्प्यापर्यंत माणूस प्रयत्न करू शकतो, त्याच्या अलीकडे थांबणारी बाई मी
नव्हे. नोटेच्या बाबतीत माझा प्रयत्न भिड्यांच्या घरापाशी संपतो. तिथपर्यंत
जायलाच हवं."
ह्या वेडात आम्हांला भाग घेण्यावाचून गत्यंतर नव्हतं. आम्हीच गुन्हेगार होतो
ना! आम्ही टॅक्सी पकडली.
टॅक्सीत बसल्यावर मी म्हणालो,
"अनु, त्या नोटेसाठी तू एवढं का करत आहेस?"
"त्यामागं तशाच भावना आहेत."

"खाजगी नसेल फार तर सांगतेस?"
"नोट मिळाली तर सांगेन."
मुक्तानं एक नुसताच हुंकार दिला. अनुनं त्यातला अर्थ जाणला. ती म्हणाली, "नोट मिळेल असं वाटतं मला."
"मिळो बापडी! आपण इतका प्रयत्न करत आहोत. अर्थात योगायोगाच्याच गोष्टी आहेत सगळ्या."
"आणि मुक्तावहिनी, माझी योगायोगावर फार श्रद्धा आहे."
"अनु, तू एक अफाट प्रयत्नवादी, बुद्धिवादी मुलगी आहेस. योगायोगावर तुझी श्रद्धा असणं चमत्कारिक वाटतं."
"मान्य आहे, पण ती वस्तुस्थिती आहे. माझं आजवरचं आयुष्य इतकं कटु आणि गोड योगायोगांनी भरलेलं आहे की वाटतं, स्वत: त्यावर काहीतरी लिहावं किंवा एखाद्या लेखकाला आपले अनुभव सांगावेत."
"जरूर सांग एखाद्या लेखकाला. तुझ्या प्रत्येक अनुभवाचं तो कथेत सोनं करील सोनं."
"तू म्हणतेस ते खरं आहे मुक्तावहिनी, पण वाचकांचा विश्वास बसणार नाही त्या योगायोगावर."
"असंच काही नाही म्हणता येणार. अनुभवाचे बोल पटल्याशिवाय राहणार नाहीत.तू स्वत:च लिहून काढ. तुला कशाला हवा लेखक? सगळं लिही, जसं जसं घडलं ते. लेखिका म्हणूनदेखील चमकशील."
"मुळीच नाही."
"का?"
"योगायोगावर आधारलेल्या गोष्टी लिहिणाऱ्या माणसाला सध्याच्या वाङ्मयात स्थान नाही."
"तू असंच विक्षिप्तासारखं नेहमी ऐकवतेस."
"अगदी खरं ते सांगते मी. अलीकडच्या कथा वाचा की! अंतर्मन, पापुद्रे, नुसताच एखादा मूड, हेलकावा, बारकावा, असं काही काही लागतं. नाहीतर एकदम सेक्स, होमोसेक्स असं काहीतरी. जाऊ दे. आपल्याला त्या गावी जायचं नाही, चर्चा कशाला? योगायोगावरून निघालं म्हणून बोलले. नोट सापडेलसुद्धा."
लॅमिंग्टन रोड पोलीस स्टेशन दिसताच मी टॅक्सी थांबवली. पोलीस स्टेशनशेजारच्याच इमारतीत चौथ्या मजल्यावर जायचं होतं. एवढ्या उंच इमारतीला लिफ्ट नाही म्हणून तिचा उद्धार करीत करीत, धापा टाकीत आम्ही चौथ्या मजल्यावर आलो. एवढ्या रात्री आल्याबद्दल भिड्यांना काय वाटेल असा

विचार करीत आम्ही त्यांच्या दरवाज्यापाशी आलो तर व्हेंटिलेटरमधून आत दिवा जळत असल्याचं दिसलं.
कडी वाजवताना संकोच त्यामुळे कमी वाटला.
दार उघडताच 'तुम्ही?'– हा जो भिड्यांनी प्रश्न केला तो अपेक्षितच होता.
"या."
आम्ही ताबडतोब बसलोच. चार जिन्यांचा हा परिणाम.
"आम्ही आत्ताच आलो हे तुमच्यापुढं." भिडेवहिनी म्हणाल्या.
"काय सांगता काय?-आमच्या घरून निघून तर चांगला तास-दीड तास झाला तुम्हांला." मी आश्चर्यानं म्हणालो,
"सांगतो, काय प्रकार झाला तो. तुमच्या घरून निघालो. ही म्हणाली त्याप्रमाणे टॅक्सी केली. अगदी कोरी करकरीत टॅक्सी मिळाली, मला जशी नेहमी करायला आवडते तशी. पंधरा मिनिटांत त्यानं इथंपर्यंत आणलं आणि एक प्रचंड घोटाळा झाला."
"काय झालं?"
"इथल्याच चौकात एक म्हातारा आमच्या टॅक्सीखाली आला."
"माय गुडनेस्! मग?"
"मग काय?-खरं तर आम्ही लगेच त्यातून सुटलो असतो, ठरवलं असतं तर, पण आमचा चांगुलपणा आम्हांला जरा नडला."
"का?"
"टॅक्सीवाल्याची एक टक्कादेखील चूक नव्हती. तेव्हा टॅक्सीवाल्याला वाचवायचं म्हणून त्याच्या बाजूनं जबानी द्यायला आम्ही पोलीस स्टेशनवर गेलो."
"आणि तो म्हातारा?" मुक्तानं विचारलं.
"त्याला नायरमध्ये ॲडमिट करून आलो ना."
"कितपत लागलं?" अनुमधली नर्स जागी झाली.
"No hopes."- भिड्यांनी सांगितलं.
"बरं मग?"
"मग काय! हॉस्पिटलमधून पोलीस स्टेशन. जबान्या. स्टेटमेंट्. पोलीस स्टेशन आपलं शेजारीच आहे म्हणून बरंय्."
"भिडे, ह्या असल्या गोष्टी केवळ तुम्हीच करू जाणे!"
"नाही. तसं नाही. माझं ऐका. पोलीसबिलीस लचांड मलाही झेपणार नाही. मला कीव आली ती टॅक्सीड्रायव्हरची. बिचारा नुकताच त्या व्यवसायात आलेला. बँकेकडून कर्ज घेतलेलं. टॅक्सीसाठी."
"तुम्हांला कसं कळलं?"

''टॅक्सीत बसल्याबरोबर कळलं. Hypothecated to State Bank of India असं टॅक्सीवर चक्कं लिहिलं होतं आणि नंतर पोलीस स्टेशनवर तर सगळंच समजलं.''

''टॅक्सीवाला महाराष्ट्रीय आहे का?'' मधेच मुक्तानं विचारलं.

''चक्क महाराष्ट्रीय. बरं ते राहू दे. तुम्ही आमच्या पाठोपाठ आत्ता कसे काय आलात?''

आमच्या आगमनाचं कारण कितीही चमत्कारिक असलं तरी ते सांगावं लागणार होतं. अनुकडे नजर टाकीत मी म्हणालो,

''भिडेसाहेब, मघाशी आपण जी टेबलावरची, काचेच्या खाली ठेवलेली नोट काढली ना, त्या नोटेसाठी आम्ही आलो आहोत. त्या नोटेच्या बाबतीत आमच्या अनुच्या तशाच काही भावना आहेत.''

''अहो आणि तीच नोट नेमकी गेली असेल तर?''

''मग माझा शोध खुंटला असं समजून मी गप्प बसेन.''

''Let us try.'' असं म्हणत भिड्यांनी त्यांचं पैशाचं पाकीट आणलं. त्यातले कप्पे शोधले. त्यात एक दहाची नोट आणि एक दोन रुपयांची नोट आणि बाकी सगळी नाणीच होती.

''I am so sorry.''

''छे! छे! त्यात तुमची काही चूक नाही.''-असं म्हणत अनु उठलीच. आम्ही दरवाजापाशी आलो. तेवढ्यात भिडे म्हणाले,

''एक मिनिट थांबा.''

''बोला.''

''तुमचा शोध खुंटला असंच काही म्हणता येणार नाही.''

''कसं काय?-'' अनुनं उत्सुकतेनं विचारलं.

''तुमची नोट अगदी सुखरूप, पोलिसाच्या पहाऱ्यात आहे असं समजा.''

''म्हणजे?''

''अख्ख लॅमिंग्टन रोड पोलीस स्टेशन त्याच्यासाठी पहारा करतंय.''

''त्यांना नीट सांगा हो-'' भिडेवहिनींनी भिड्यांना माफक प्रमाणात दम भरला.

''सगळं सांगतो.'' असं म्हणत भिड्यांनी शर्ट चढवला.

''येतेस का तू?'' त्यांनी वहिनींना विचारलं.

''पण कुठं?''

''लॅमिंग्टन रोड पोलीस स्टेशनात. आपला टॅक्सीवाला तिथंच असेल अजून.''

''अगबाई, खरंच की चला.''

ब्लॉकला कुलूप लावून आम्ही निघालो.

११० । मी माणूस शोधतोय!

जिना, उतरताना भिडे म्हणाले,
"टॅक्सीवाला अजून तिथंच असणार. इन्स्पेक्टर पण ओळखीचे आहेतच. प्रयत्न तर करू, नाहीतर कोकाकोला घेऊन परत येऊ."
"एवढ्या रात्री कोका कोला मिळणार!"
"बघू मिळतो का!"

"या भिडेसाहेब" -इन्स्पेक्टर साळवींनी स्वागत केलं.
"तुम्हांला थोडी तसदी..."
"It's alright. काम बोला."
"तो मघाचाच टॅक्सीवाला..."
"अरे, तुम्हांला तो बराच आवडलेला दिसतोय."
"सालस आहे की नाही?"
"Yes. you are right! नवशिका आहे. चांगला एज्युकेटेड आहे."
"म्हणूनच त्याला हेल्प करावीशी वाटली. He was not at all at fault."
"त्याला भेटायचंय पुन्हा?"
"इथं असला तर, त्याच्या टॅक्सीत आमची पिशवी राहिली त्या गोंधळात."
टॅक्सीवाल्याला पाचारण करण्यात आलं. पलीकडच्या खोलीतून तो आला.
भिड्यांना त्यानं नमस्कार केला.
साळवींच्या परवानगीनं आम्ही त्याला घेऊन बाहेर आलो,
"You have obliged me like anything." टॅक्सीवाला भिड्यांना भरून आलेल्या आवाजात म्हणाला.
"ते ठीक आहे हो."
मग आमच्याकडे पाहत तो म्हणाला,
"साहेब, खरंच सांगतो. टॅक्सीवाल्यांना कुणीही एवढी मदत करत नाही. एक तर आम्हा टॅक्सीवाल्यांचं नाव फार spoil झालंय. टॅक्सीवाला म्हटलं की लोक प्रथम म्हणतात, हरामखोर जात. असं असताना ह्यांनी अशी मदत केली, असे पाठीशी उभे राहिले... I have no words to express. आज बाराच्या भावात जात होतो." किती बोलू, किती नको असं झालं होतं त्याला.
"संपलं तुमचं?" - भिड्यांनी विचारलं.
"ते आता आयुष्यभर संपायचं नाही."
"माझं एक काम करा."
"म्हणाल ते."
"मघाशी मी तुम्हांला भाड्याचे पैसे दिले, त्यातली एक रुपयाची नोट मला

बदलून घ्यायची आहे.''

ही विचित्र मागणी ऐकून त्याला नवल वाटलं. पण फार काही न दर्शवता तो म्हणाला,

''त्या नोटेवर फोन नंबर वगैरे लिहून ठेवलेला दिसतोय.''

''नोटांवर लिहायची मला सवय नाही-'' भिडे म्हणाले.

''या इकडे.''

आम्ही सगळे दिव्याच्या उजेडात आलो.

टॅक्सीवाल्यानं खिशात होत्या नव्हत्या तेवढ्या सगळ्या नोटा काढून भिड्यांना हातात न मोजता दिल्या.

''ह्यातून घ्या शोधून.''

अनु झटकन् पुढे झाली.

सगळ्या नोटा पाहिल्या.

अनुला हवी ती नोट नव्हती.

''चला, जाऊ या. तुम्हांला सगळ्यांना मी फार त्रास दिला. पुन्हा माझ्या खोलीवर तुम्ही कधीही उतरणार नाही.''

''ए वेडे, थांब तर खरी.'' मी म्हणालो.

''भिडेसाहेब, काय झालं सांगता का?-'' टॅक्सीवाल्यानं विचारलं.

भिड्यांनी थोडक्यात सगळं सांगितलं आणि त्याला विचारलं,

''नंतर तुम्ही कुठं गेलाच नाही तर तुमच्याकडची नोट जावी कशी?''

''अर्ध्याच तासापूर्वी समोरच्या हॉटेलात पाव-उसळ खायला गेलो होतो, साळवी साहेबांना विचारून. आज जेवायला मिळालंच नव्हतं.''

आम्ही गप्प होतो. तेवढ्यात टॅक्सीवाला म्हणाला,

''नोट मिळेल साहेब.''

''कशी काय?''

''पोलीस लोकांसाठी ते हॉटेल जवळजवळ रात्रभर उघडं असतं, चहापाण्यासाठी. आम्ही टॅक्सीवाले पण त्याचा उपयोग करतो. चला, प्रयत्न करू.''

लॅमिंग्टन रोड पोलीस स्टेशनसमोरच ते हॉटेल होतं. रस्ता क्रॉस करताना भिडे म्हणाले,

''कोकाकोला घेऊ म्हणालो, ते ह्याच हॉटेलच्या भरंवशावर.''

हॉटेलचं कोलॅप्सिबल शटर टॅक्सीवाल्यानंच उघडलं. दार उघडता उघडता त्यानं 'शंकर, ओ शंकरराव-' अशा हाका मारल्या.

शंकरराव बाहेर आले.

११२ । मी माणूस शोधतोय!

"शंकरराव, जरा सुटे पैसे द्या."
शंकररावांनी काऊंटरखालचा ड्रॉवर उघडला.
"बंडल नोटा देऊ नका हं. समोर साळवीसाहेबांच्याकडे ह्या नोटा जायच्या आहेत."
शंकररावांनी रुपयांचं बांधलेलं बंडल काऊंटरवर ठेवलं. तिथला दिवा लावला आणि ते म्हणाले,
"तुम्हांला हव्या त्या नोटा पाहून घ्या. मग तर झालं?"
टॅक्सीवाल्यानं शंभराची नोट शंकररावांना दिली. रुपयाच्या नोटांच्या पुडक्याला बांधलेला रबरबँड शंकररावांनी काढून घेतला.
"भिडेसाहेब, या."
अनुकडे पाहत भिड्यांनी विचारलं,
"नोट कशी ओळखायची?"
"त्याच्यावर लाल अक्षरात, बॉलपेननं 'सुनीता' असं नाव लिहिलंय."
नोट मिळाली.
शंकररावांचे आभार मानीत आम्ही रस्त्यावर आलो.
"अनु, आता धीर धरणं अशक्य आहे. ह्या नोटेचा इतिहास सांगायला हवा."
आजचा दिवस निराळाच.
मुंबईत रात्री दोन-अडीच वाजता दुकानाच्या पायरीवर बसून असं काही ऐकण्याचा योग आमच्या आयुष्यात येणार आहे ह्यावर मीही विश्वास ठेवला नसता.
आम्ही पुन्हा फुटपाथवर आलो.

शंकररावांनी कोलॅप्सिबल शटर बंद करून घेतलं होतं.
हॉटेलच्या मार्बलच्या पायऱ्या स्वच्छ धुतलेल्या होत्या. त्याही नुकत्याच.
तिथला तो कट्टा अद्यापि कुठं कुठं ओला होता. थंड होता.
आणि त्या कट्ट्यावर रात्री अडीच वाजता मी, मुक्ता, भिडे पति-पत्नी, तो टॅक्सीवाला आणि अनु असे बसलो.
रस्त्यावरच्या दिव्याचा प्रकाश सगळ्यांच्या अंगावर पडला होता.
समोरच्या पोलीस स्टेशनात क्वचित एखादी पोलीस जीप जात होती-येत होती.
आणि अशा वातावरणात, भरून आलेल्या आवाजात, अनुनं हकिगत सांगायला प्रारंभ केला :
नर्स म्हणून मी पाच वर्षं हॉस्पिटलमध्ये काम करत आहे. अनेक पेशन्टस आले, गेले. नजर आता मरत चाललीय लोकांचं दु:ख आणि व्याधी पाहून.

तरीसुद्धा मन तेवढं दगड होत नाही. इतर कुठल्याही वॉर्डमध्ये काम करताना काही वाटत नाही. पण, पेडिॲट्रिक वॉर्डमध्ये पाय ठेवला की सगळ्या अंगाला मुंग्या येतात. असं वाटतं, लहान मूल कधीही आजारी पडू नये. आपण आजारी का पडतो, हेही त्या एवढ्याशा जिवाला कळत नाही.

महिना-दीड महिन्यापूर्वीची कथा. लहान मुलांच्या वॉर्डमध्ये माझी ड्युटी होती. तिथं मला खरं तर उभं राहवत नाही, पण ड्युटी आली की टाळता येत नाही. त्याच दिवशी सकाळी एक आठ-नऊ वर्षांची मुलगी ॲडमिट करावी लागली. तिची आशा सगळ्यांनी सोडलेली होती. मुलीबरोबर तिची आई, मावशी आणि बिल्डिंगमधल्या दहा-बारा बायकांचा घोळका होता. त्या सगळ्यांना मी बाहेरच्या बाहेर थोपवलं.

मग भराभरा आमच्या हालचाली सुरू झाल्या. पायाला, हाताला नळ्या लागल्या. ब्लड ट्रान्सफ्यूजन, सलायन-याशिवाय ऑक्सिजन पण दिला. हे सगळं अर्थात नातेवाईकांच्या समाधानासाठी आणि नशिबाचा एक टक्का असतो, त्याच्यासाठी.

पोरगी नक्षत्रासारखी होती. तिच्यासाठी माझीही एकीकडे प्रार्थना चालली होती. ती पोरगी मधूनमधून डोळे उघडायची आणि क्षीण आवाजात सांगायची, ह्या नळ्या काढा. दिवसभर हे चाललं होतं. तिच्या यातना बघवत नव्हत्या. ह्या नळ्या काढा, म्हणून तिचा जप चालला होता.

शेवटी मी डॉक्टरांना विचारलं. ते म्हणाले फार तर तीन-चार तास काढेल. मग मी विचारलं असंच जर असेल, तर शेवटचे काही तास तिला सुखानं तरी जगू दे ना. तिच्या नळ्या काढते मी सगळ्या. डॉक्टर म्हणाले, फक्त ऑक्सिजनची ठेवा. मी एकेक नळी काढून टाकली. तिनं डोळे उघडले. क्षीण पण लाघवी आवाजात ती म्हणाली, 'ताई, थँक्यू!' मी तिला म्हणाले, 'बेटा, लवकर बरं व्हायचं. ही एवढी नळी मात्र काढायची नाही हं. मी उद्या भेटेन. तुझ्यासाठी गंमत आणीन.' तिनं मान हलवली.

दुसऱ्या दिवशी मी ड्युटीवर गेले. ती गोड पोरगी आधल्याच दिवशी गेली होती.

त्यानंतर पंधरा दिवसांनी त्या मुलीची आई माझा शोध घेत पुन्हा हॉस्पिटलमध्ये आली. तिनं मला एका बाजूला नेलं. हातात एक पाकीट ठेवलं. त्यात पंचवीस रुपये होते.

'हे काय?' -मी विचारलं.

ती बाई म्हणाली, 'तुम्ही आमच्याशी खऱ्या सिस्टरप्रमाणे वागलात. ही माझी आठवण.'

११४ । मी माणूस शोधतोय!

मी म्हणाले, 'सिस्टरप्रमाणे वागले असं म्हणता, मग मला सांगा, तुमच्या सख्ख्या बहिणीला तुम्ही असे पैसे दिले असते का?'
तिची मी खूप समजूत घातली. इथल्या धर्मादाय पेटीत ते पैसे टाका असं सांगितलं. मग ती म्हणाली, 'कमीत कमी ही एक रुपयाची नोट तरी ठेवायलाच हवी तुम्ही. तुमच्या भाचीनं, माझ्या सुनीतानं तुम्हांला दिली आहे ती. तुम्ही त्या दिवशी नळ्या काढल्यात. तुम्ही गेल्यावर ती मला म्हणाली, 'ही नर्सताई चांगली आहे. तिनं हातापायांतल्या सुया काढल्या मी आता झोपते. माझा उशीखालचा खाऊचा रुपया त्या ताईला दे.' पोरगी एवढं बोलली. तिनं डोळे मिटले आणि मिटले ते मिटलेच.'
एवढं सांगून माझ्या गळ्यात हात टाकून ती कोसळलीच. तिची समजूत घालणं माझ्या शक्तीबाहेरचं होतं.

हकिगत सांगताना अनुचा आवाज भरून आला. थोडा वेळ थांबून, रुमालानं डोळ्यांच्या कडा टिपत म्हणाली,
"हीच ती नोट."
आम्ही सुन्न बसून होतो.
सगळीकडे शांत होतं.
आणि मग तितक्याच संथ स्वरात टॅक्सीवाला म्हणाला,
"ताई, नर्सिंगच्या व्यवसायाला तुम्ही नालायक आहात."
आम्ही त्याच्याकडे पाहिलं.
"असं पेशंटमध्ये मन गुंतून चालणार नाही. माणूस भूतकाळात अडकला की संपलं. मग भविष्यकाळही खराब होतो. नजर नेहमी समोर हवी. एखाद्या ड्रायव्हरसारखी. आता माझंच पहा ना! माझा पेशा टॅक्सी ड्रायव्हरचा. नव्यानंच सुरू केलाय. केव्हा केव्हा टॅक्सीत अशा काही व्यक्ती येऊन बसतात की वाटतं, हा पॅसेंजर टॅक्सीतून कधीही उतरू नये. पण त्याचंही डेस्टिनेशन ठरलेलं असतं. 'यहाँ आगे खडी करो' -असं म्हणताच गाडी मुकाट्यानं उभी करावी लागते. मग मीटरवरचा आकडा पुसायचा, मनावर रेंगाळू पाहणारा तो पॅसेंजरही त्याबरोबर पुसायचा आणि नव्या पॅसेंजरचं स्वागत करायला तयार व्हायचं. ताई, तुमचा आणि माझा पेशा हा असा एकच आहे. तुम्हीही हेच करायला हवं. पेशंट दगावला की फक्त चादर बदलायची, उशी झटकायची, पायाखालचं ब्लँकेट नवं वाटेल अशी घडी घालायची आणि नव्या पेशंटचं स्वागत करायचं. कॉटवर कोण आला नवा, तेही पाहायचं नाही. मिनिस्टर असेल नाहीतर रस्त्यावरचा कोणीतरी. आपण आपला कॉट नंबर सांभाळायचा.

त्याचा शब्द न्शब्द भिडत होता. अनु फक्त रडत नव्हती, इतकंच. तिनं विचारलं,

"सगळ्याच गोष्टी विसरता येतात का?"

"येत नाहीत ना,पण काय करणार? ह्या रुपयाच्या नोटेमागं तुम्ही धावत, एवढ्या अपरात्री आलात. नोट, एक जड वस्तू. शोधल्यावर सापडणारी. म्हणूनच आम्ही सर्वांनी ह्या वेडेपणात भाग घेतला. पण ताई, हातातून निसटलेल्या सगळ्याच गोष्टी अशा मिळत नाहीत. ह्या एका आठवणीपायी वेड्यापिशा होत तुम्ही धावाधाव केलीत. नोट मिळवलीत, तुम्ही भाग्यवान आहात. शोध घेण्याचं तुमचं काम फार सोपं होतं."

"सोपं?"

"माझ्यापेक्षा नक्कीच सोपं."

"कसं काय?"

"माझी वस्तू मला कधीच परत मिळणार नाही. एका नोटेसाठी तुमची ही अवस्था झाली. मला सांगा ताई, माझी प्रत्यक्ष मुलगी जेव्हा-कायमची सोडून गेली, तेव्हा मी काय केलं असेन?-काय करावं? सांगता?"

ॠतु बसंती रुठ गयी

तुम्हांला ती यक्षाची गोष्ट माहीत आहे का हो? आठवते का? छे! छे! ती महाभारतात सांगितलेली यक्षाची गोष्ट नाही मी विचारीत. त्या गोष्टीत यक्षाबरोबर, पाच पांडवातला धर्म पण होता. तो यक्ष नाही. मी विचारतोय तो यक्ष एकटाच होता. त्याला फुलांची फार आवड होती. त्याची बाग होती. भलीमोठी. त्यात नाना प्रकारची फुलं होती. त्या बागेच्या आकर्षणानं त्या बागेत मुलांची साहजिकच गर्दी व्हायची. बागेची त्यापायी नासधूस व्हायची. तो यक्ष मग कातावून जायचा. मुलांचा बंदोबस्त कसा करावा हे त्याला कळेना. शेवटी त्यानं त्याच्या त्या अफाट बागेभोवती भरभक्कम दगडी भिंत बांधून काढली. मुलं यायची बंद झाली. यक्ष खूष झाला. पण त्याच वर्षी एक मोठा चमत्कार झाला. वसंत ऋतूचं आगमन झालं. नगरातल्या प्रत्येक झाडाला कोवळी पालवी फुटली. पण यक्षाच्या बागेतल्या झाडांवर काहीच परिणाम झाला नाही. अख्ख्या नगरावर आपल्या आगमनानं नवी कांती फुलवणारा वसंत ऋतू यक्षाच्या बागेवर रुसला. मधे बरीच वर्षं लोटली. वसंत ऋतू जो रुसला होता तो रुसलेलाच राहिला. यक्ष कालांतरानं म्हातारा झाला. त्याला जागेवरून शेवटी शेवटी हलवेना आणि एका वर्षी चमत्कार झाला. यक्षाला एकाएकी सुगंध आला. खुरडत खुरडत तो बागेत आला. पाहतो तो वसंत ऋतू प्रसन्न झालेला! पानं-फुलं हसताहेत. वृक्ष डोलताहेत. छोटी छोटी झुडपं नाचताहेत. वातावरणात सुगंध भरलेला आहे. आणि दुसऱ्या बाजूला, भिंत फोडून गावातली मुलं बागेत घुसलेली. यक्षाला त्याक्षणी कळून चुकलं की ही लहान लहान मुलं म्हणजेच वसंत ऋतू. मुलांना दूर लोटल्यावर, वसंत ऋतू कसा फुलावा?

अशा अर्थाची ती कथा होती. क्रमिक पुस्तकात.

आठवते?

नाही आठवत?

You are all bogus then.

अरे, अशा चांगल्या गोष्टी तुम्ही विसरता, तुम्हांला मी काय म्हणू?
पशु? जंगली? का अरसिक?
सांगा, ह्यातलं कोणतं विशेषण आवडेल?
माझ्याकडं पहा. मला गोष्ट अद्याप आठवते. ती गोष्ट आठवणं हा माझा विरंगुळा आहे. सिलिंग फॅन टॉप स्पीडला फिरत ठेवायचा. आरामखुर्ची ओढत ओढत फॅनखाली आणायची आणि मस्तपैकी यक्षाच्या बागेत एक फेरफटका मारायचा. तुम्हांला माझ्याबरोबर मी 'चला' म्हणालो असतो. पण तुम्ही तर यक्षालाच विसरलात. अशानं तुमचं कसं व्हायचं, काही कळत नाही.
तुम्ही मग आयुष्यातलं सगळंच चांगलं चांगलं जे काही असतं ते विसरले असणार. Just possible, One who can afford to forget the best story, can afford to forget anything. अगदी स्वत:चं तारुण्यसुद्धा! पहिली रात्रदेखील.
पण, माझं तसं नाही,
टॉप स्पीडला फिरणाऱ्या फॅनखाली आरामखुर्ची घेऊन बसलो की मला सगळं आठवतं.
माझी पहिली रात्रसुद्धा.
आमचं लाइफ तसं औरच! आमचं लग्न झालं पण ज्याला पहिली रात्र म्हणता ती केव्हा उगवावी?
तब्बल चार महिन्यांनी. आता असं का?
कारणं पुष्कळ आहेत. सबळ आहेत. पहिल्या रात्रीपेक्षा महत्त्वाची आहेत. नाहीतर तसं काही कमी नव्हतं मला. ओनरशिपचा ब्लॉक होता. बेडरूम तर होतीच होती. अगदी डबल बेडसकट. तरी पण 'ती' रात्र उगवली मात्र लग्नानंतर चार महिन्यांनी. सुहासिनी चार महिने चक्क कलकत्त्याला होती. का? ते सांगण्याची काही गरज नाही सध्या. असं घडलं एवढं खरं. मग ते चार महिने आम्ही कसे ढकलले?- तर केवळ, केवळ शेजारी मीनासारखी गोड पोरगी होती म्हणून.
हां, हां, हां! थांबा जरा. उगीच आपापसात नेत्रपल्लवी करू नका. ही शेजारची मीना म्हणजे, वय वर्षं अडीच. भारी गोड अन् लाघवी पोर. दिवसरात्र माझ्याच अंगाखांद्यावर वाढत होती. तिला तिच्या आई-वडिलांपेक्षाही माझा ओढा जास्त होता. वास्तविक, मीनासाठी मी निराळं असं काय करत होतो?-
आई-वडिलांइतकी माया जरी करत असलो तरी त्यांच्यापेक्षा जास्त काही करत होतो का?-मुळीच नाही.
तरी ती मला का चिकटलेली असायची?

साधी बाब होती.
मीनाच्या घरात, मीना तिच्या आई-वडिलांसाठी होती आणि माझ्या घरात, मी मीनासाठी होतो. तिनं मला 'थोतं थोतं ललून दाथव' असं सांगितलं की मी गळा काढून रडायचो. मग ती म्हणायची, "जरा हलू."
मग माझ्या रडण्याचा आवेग मी आवरून धरायचो.
मग तिचा हुकूम व्हायचा, "आता हसायचं..."
मी हसायचो.
"हसून हसून लोलून दाथव..."
मग मी गडबडा लोळायचो.
एकदा अशीच मीनाची फर्माईश चालली होती. मी गडबडा लोळत होतो. मीना खिदळत होती आणि नंतर पाहतो तो दारात मीनाचे ममी आणि पपा उभे.
"तुम्ही असले प्रकार करता आणि तुम्ही नसलात की तश्शाच गोष्टी ती त्यांना करायला लावते."
"मग कराव्यात."- मी उठून उभं राहत म्हणालो.
"भावजी, तुमची कमाल आहे. कराव्यात काय? आता परवाची गोष्ट सांगते- हे त्या दिवशी कामावर चालले होते. मीटिंग होती म्हणून मुद्दाम सूट घातला होता. आणि तेव्हा हिनं हट्ट धरला- 'लोलून दाखव' म्हणून."
मग पपांना जोर चढला. ते म्हणाले,
"हे काहीच नाही- त्या दिवशी रात्री दहा वाजता आम्ही झोपलो. एका बाजूला मीना, एका बाजूला मीनाची आई. मला वाटलं मीनाला झोप लागली..."
पपा इथंवर आले आणि मीनाच्या आईनं त्यांना दटावलं.
पपा कसले खमके पण!
ते म्हणतात, "ते इतर सांगत नाही गं!"
मी ख्याक् करून हसलो. ममी आणि पपा पण हसले.
पपा म्हणाले,
"तर मला वाटलं, मीनाला झोप लागलीय. पण ती तेव्हा म्हणते, 'रडून दाखव.' मला सांगा आता, चांगला मजेत बायकोजवळ झोपलो होतो. ती काय रडण्याची वेळ होती?"
"इथंच तुमचं चुकलं!"
"आमचं काय चुकलं?"
"सॉरी. तुमचं नाही, आमचं... म्हणजे आमच्या मिनीचं चुकलं."
"काय ते सांगा ना!"
"मिनीला वाटलं की आपले पपा आपल्या जवळ झोपलेत, पण तसं नव्हतं-

पपा झोपले होते... ...''

''चला... !'' असं म्हणत मीनाच्या आई घरात पळाल्या.

असंच होतं आई-वडिलांचं प्रत्येक बाबतीत. त्यांना जेव्हा सवड असेल, मूड असेल, हुक्की येईल तेव्हा त्यांना मूल हवं असतं खेळायला. मग एकटं खेळणारं मूलसुद्धा, गरज नसताना मुलाच्या मनाविरुद्ध, ते उचलून घेतील. पण माझ्या, अद्यापि सुरू न झालेल्या संसारात, मीना माझ्यासाठी नसून, मी मीनासाठी होतो. ती इथली सम्राज्ञी होती आणि माझ्यासारख्या गुलामावर ती खूष होती.

आठवून पहा तुम्ही. आई-वडिलांपेक्षा मुलं त्यांना सांभाळायला ठेवलेल्या गडीमाणसांवर जास्त तुटून पडतात. जास्त खूष असतात. पपा कामावर गेले तर त्यांना काही वाटत नाही. पण त्यांचा साठ वर्षांचा गडी किंवा पन्नाशीचा म्हातारा एक दिवशी न येऊ दे किंवा असा माझ्यासारखा रिकामटेकडा शेजारी आणि मग आठवा, मुलं कशी वेडीपिशी होतात ते!

सारांश काय...? तर ते चार महिने आम्ही घालवले ते मिनीसारखी गोड चिमुरडी शेजारी होती म्हणून. दिसायला दीडच वर्षांची असलेली ही एवढीशी, नाजूक चणीची पण विजेच्या वेगानं वावरणारी मिनी, माझा विसावा बनली होती.

त्याशिवाय एक विरंगुळा होता.

आठवड्यातून तीन वेळा येणारी सुहासिनीचं पत्रं. परिस्थितीच अशी होती की, सुहासिनीला कलकत्त्याला राहणं आवश्यक होतं. मी तिला त्याप्रमाणे जाण्याची परवानगी दिली होती. अट एवढीच घातली होती की आठवड्यातून कमीत कमी तीन पत्रं यायला हवीत.

ती अट तिनं पाळली होती.

पण केव्हा केव्हा पत्र फारच छोटं असायचं. केवळ अट मोडायची नाही म्हणून लिहिल्याप्रमाणं वाटायचं. आता खरं तर आठवड्यातून तीन वेळा पत्रं लिहिण्यासाठी सुहासिनीनं मजकूर तरी कुठून आणावा?-तिथं ती रिकामी नव्हती. कॅन्सरनं रखडत पडलेल्या आईची ती सेवा करण्यासाठी गेली होती. मला इथं तसा काही धंदा नव्हता. मिनीशी खेळून झाल्यावर मी उरलेला वेळ पत्रलेखनासाठीच ठेवलेला होता. पण तरी वाटायचं सुहासिनीकडून प्रत्येक वेळी जाडजूड पत्र यावं. मागच्या आठवड्यात आलेली तिची सगळी पत्रं किरकोळ होती. मी मग एक सणसणीत पत्र पाठवलं. पाकीट जर जाडजूड दिसलं नाही तर पुढचं पत्र मी फोडणारच नाही असा दम दिला.

मोठी तान घेऊन गवई जसा घाईघाईनं समेवर येऊन आदळतो तसा मी पत्रावर आदळलो. पत्र घेताना जरी अधाशासारखी झडप घालून घेतलं असलं तरी आता वाचताना कसं चव घेत घेत वाचलं पाहिजे. त्यासाठी वर फॅन फिरता हवा, अगदी टॉप स्पीडला आणि फॅनखाली साधी खुर्ची नको, चांगली अशी आरामखुर्ची हवी. बैठक जमवून मी आरामखुर्चीत बसलो.

मला पाकीट काळजीपूर्वक फोडायचं होतं. तसं करताना आतल्या कागदाचा टवका उडून द्यायचा नव्हता. पाकीट फोडायला मार्जीन फार उरलं नव्हतं. कागदाची घडी लहान करावी म्हणून सुहासिनीला किती वेळा बजावलं आतापर्यंत! पण ऐकायची नाही. आत्ता पाकीट फोडताना आतलं पत्र फाटलं म्हणजे? मी पत्र फोडलं. पत्र सहा पानी होतं. पण तिनं असा काही त्यात डँबिसपणा केला होता की, सांगायची सोय नाही.

प्रथम मी अतिशय रागावलो.

मीच काय, कुणीही रागावेल.

प्रत्येक पानावर एखाद्या आंधळ्याला दिसेल एवढ्या मोठ्या अक्षरात एकच शब्द लिहिला होता. सहा शब्दांच्या एका वाक्याला शब्दागणिक एक पान वापरण्यामुळे पत्र सहापानी झालं होतं.

एका वाक्याचा तो मजकूर मी वाचला आणि हमने गुन्हा माफ किया!

आरामखुर्चीत स्वस्थ बसणं अशक्य झालं.

एखाद्या लहान वांड मुलाप्रमाणं मी मग ब्लॉकभर नाचलो. तोंडात बोट घालून, तमाशात वाजवतात तशी शिट्टी पण वाजवली.

ब्लॉकमध्ये हे एक स्वातंत्र्य असतं. काहीही करा, कुणी जाब विचारायला येणार नाही. पण नंतर भर दिवसाढवळ्या सगळ्या खोलीतील दिवे लावले. मोठ्या आवाजात रेडिओ लावला. फक्त सिलिंग फॅनला लोंबकळायचं शिल्लक ठेवलं.

'मी आज संध्याकाळी मुंबईला येत आहे.'

पत्रात एवढाच मजकूर होता.

आता ह्यात मी इतकं नाचण्यासारखं काय होतं?-असा प्रश्न तुम्ही विचारणारच. 'तुम्हांला नाही कळणार.'–असंच उत्तर तुमच्या ह्या असल्या प्रश्नाला मला द्यावं लागणार. काय करणार?-तुमचाही बाकी त्याला इलाज नाही. तुमच्या लग्नाला झालीत वीस वर्षं! बायका दूर गावी गेल्यावरच तुम्हांला रिलीफ वाटणार. पण मिस्टर, माझी आज पहिली रात्र होती. मी का नाचू नये? चाळीत राहत असतो तर असं नाचलेलं बरं दिसलं नसतं.

ॲग्रीड.

पण ब्लॉकमे कौन देखता है? सुनता है?-हम खुदके मालिक है।

तेवढ्यात दार वाजलं.
मी दार उघडलं, स्वत:भोवती गिरक्या घेत घेत. समोर मीना आणि ममी उभ्या.
''काय चाललंय तरी काय?''-ममीनी विचारलं. (साली ब्लॉकमध्ये पण प्रायव्हसी नाही बरं का! स्वतंत्र बंगला हवा.)
तेवढ्यात मीनाच्या आईचं लक्ष सगळीकडे पसरलेल्या कागदांकडे गेलं.
वहिनींनी ते सगळे तुकडे एकत्र करून वाचले.
नंतर त्या अर्थपूर्ण हसत म्हणाल्या,
''तरीच.''
तोपर्यंत मिनी माझ्या कडेवर येऊन बसली. मी विचारलं,
''मी जो काय दंगा केला तो तुमच्या घरात ऐकू आला का हो?''
''अर्थात! त्या अगोदरच मी माझ्या कामासाठी येणार होते. पण तेवढ्यात तुमच्या शिट्ट्या ऐकायला आल्या. मग हातातलं काम टाकून आले.''
''सांगून टाका तुमचं काम. एका पायावर करायला तयार आहे.''
''त्याबद्दल शंकाच नाही, पण आता नाही सांगत.''
''का?''
पण माझ्या प्रश्नाला वहिनींनी उत्तर दिलं नाही. माझ्या कडेवरून मिनीला घेत त्या म्हणाल्या,
''आता काकांना विसरायचं बरं का.''
''वहिनी, तुमचं काम सांगा.''
''भावजी, आज तुमची बायको प्रथम येणार आणि मी तुम्हांला काम सांगायचं म्हणजे...''
''सांगायला काय हरकत आहे? करायचं की नाही ते बघू.''
वहिनी म्हणाल्या,
''उद्या माझ्या भाच्याचं लग्न आहे.''
''तुम्ही सांगितलंत काल.''
''लग्नाचं वऱ्हाड आज इथं उतरणार आहे.''
''उतरू दे की.''
''भावजी, किती माणसं येणार ते माहीत आहे का?''
मी मान हलवली.
''सतरा-अठरा माणसं असतील. मुलंच आठ आहेत त्यात.''
''पुढं काय?''
''तुम्हांला आज रात्री झोप मिळणं कठीण आहे.''
मी पटकन् बोलून गेलो,

१२२ । मी माणूस शोधतोय!

“नाही तरी, आजची रात्र कोण झोपतो?”
वहिनी मार्मिकपणे हसत म्हणाल्या,
“म्हणूनच काम सांगू शकत नाही.”
“नाही नाही, काम सांगावंच लागेल.”
“तसं विशेष काही नाही. नेहमीचंच काम होतं. पाहुण्यांच्या धबडग्यात लहान मुलांची फार आबाळ होते म्हणून सांगणार होते, की आज मिनी तुमच्या घरी झोपेल.”
मी म्हणालो,
“हात्तिच्या! एवढंच ना? त्यासाठी एवढा मोठा प्रस्ताव कशासाठी?- डोण्ट वरी.”
“नाही नाही-तुम्हांला त्रास...”
“त्रास कसला? एकदा मिनी झोपली की झालं. मधेच एकदम उठून बसत नाही ना तेवढं सांगा.”
वहिनी झक्कपैकी लाजल्या आणि घरात गेल्या.

सुहासिनी तिच्या सहापानी पत्रात लिहिल्याप्रमाणं आली. गाडीतून उतरताना मी पाहिली तेव्हा काय वाटलं, कशी दिसली म्हणून सांगू?
कल्पनेतला ताजमहाल पण हिणकस ठरला.
स्टेशनवरून सरळ आम्ही घरीच आलो. गॅलरीतून वहिनींनी आम्हांला पाहिलं-पण आम्ही घरी येताच त्या आमच्या पाठोपाठ, ‘काय हालहवाल...?’–करीत घुसल्या नाहीत. नाहीतर, पंधरा-वीस मिनिटं नक्कीच मोफत गेली असती.
सुहासिनी घरी आली आणि अर्ध्याच तासनं शेजारच्या घरी एकेकजण, वऱ्हाडी माणसांपैकी येऊ लागली. वहिनी म्हणाल्या होत्या, त्याचं प्रत्यंतर लगेच येऊ लागलं. पोरांची रडारड सुरू झाली. मोठ्या माणसांची चढत्या आवाजात चर्चा सुरू झाली.
त्याच वेळी मला आठवून गेलं की, सकाळी पत्राच्या आनंदात मी गाफीलपणे मिनीची जबाबदारी घेऊन बसलोय.
आता ह्यातून मार्ग कसा काढायचा...? मुलामुलात ती जर रमून गेली आणि लवकर झोपायला आलीच नाही, तर काय करायचं?
हॅ... भलताच गाढवपणा करून बसलो.
हाय कंबख्त!
वऱ्हाडी लोकांचा गलका हलके हलके इतका वाढला की, घरी बसणं अशक्य झालं. मी आणि सुहासिनी सरळ बाहेर पडलो.

फिरायला बाहेर पडलो खरं, पण आज मिनीला कसं चुकवता येईल ह्याचा विचार एकीकडे चाललाच होता. शेवटी एकदम एक चांगल्यापैकी कल्पना सुचली.

मी हलकाफुल्ल झालो.

एका चांगल्यापैकी हॉटेलात, मस्तपैकी जेवण आटोपून आम्ही घरी परतलो. सुहासिनीला आत जायला सांगून मी त्या नातेवाइकांनी गजबजलेल्या मिनीच्या घरात गेलो. मला पाहताच मिनीचे पपा पुढे आले.

मी म्हणालो,

''तुमची ॲपॉलॉजी मागायला आलोय.''

''अरे, कशाबद्दल?''

''मिनीला मी आज रात्री माझ्याकडे झोपायला नेईन असं मी वहिनींना म्हणालो होतो, पण...?''

''अरे यार, आज तुम्हांला सबकुछ माफ है.''

''त्यासाठी नाही म्हणत.''

''अरे बाबा-''

''ऐकून तर घ्या ना पण!''

''बोला.''

''सुहासिनीला 'फ्ल्यू' झाल्याप्रमाणे वाटतोय, म्हणून मिनीला नाही सांभाळू शकत. तरीही मी सांभाळीन, पण ते प्रशस्त वाटत नाही.''

''ह्या मुलांत ती रमली पण आहे चांगली.''

मी आता संपूर्ण मोकळा होतो. मी घरात आलो. दार लावलं आणि नंतर... पण

मी नंतरचं सांगणार नाही.

आज जरी तुमचं लग्न होऊन वीस-वीस वर्षं झालेली असली, तरी केव्हा तरी चार महिन्यानंतर बायको भेटण्याची वेळ तुमच्या आयुष्यात आली असणारच.

त्यानंतर, कुंभकर्णानं लाजून मान खाली नव्हे पांघरुणात घालावी अशी झोप लागली. जाग तरी केव्हा यावी? बेल वाजवून दूधवाला भैय्या कंटाळून जाण्याच्या बेताला आला तेव्हा! पेंगत पेंगत दार उघडलं तर समोर मिनीचे पपा. सकाळी भैय्या तसाच गेलेला दिसतोय.

अँ...? म्हणजे वाजले तरी किती?

''या या पपा.''

''नाही, मी आत येत नाही. वेळ नाही बिलकूल. आमची मीना इथं आली

१२४ । मी माणूस शोधतोय!

का?''
''नाही बुवा. कालपासून मी तिला पाहिली पण नाही, केव्हापासून नाही?''
''आता नक्की कुणीच सांगू शकत नाही तिथं.''
मिनीच्या पपांचा चेहरा मी नीट पाहिला.
मला पोटात ढवळून आलं.
''चला, मी येतो कार्यालयात. Let us have a thorough search. ''
कार्यालयातलं वातावरण ह्या घटनेनं हादरलं होतं. लग्न सकाळीच लागलं होतं. आता साडेदहा वाजत होते. म्हणजे मिनी हरवून जवळ जवळ चार तास झाले असावेत.
वहिनींचे डोळे रडून रडून लाल झाले होते. त्यांच्याभोवती काही बायकांचा गराडा पडला
होता. तस्साच गराडा त्या कार्यालयात आणखी एका बाईभोवती पडला होता.
चौकशी केल्यावर समजलं की, पहाटे ममी आणि पपा घर पाहुण्यांवर सोडून सर्वांच्या अगोदर कार्यालयात आले होते.
इतर मुलांबरोबर मीनाला कार्यालयात आणण्याची जबाबदारी ज्या बाईंनी उचलली होती, तीच ही!
तेवढ्यात कुणाला तरी आठवण झाली की गजाकाकांच्याबरोबर एक मुलगी त्यांच्या मोटारीतून गेली. 'मला मोटारीतून न्या' असा तिनं हट्ट धरला होता.
पपांनी बातमी आणणाऱ्याला विचारलं,
''तिच्या अंगात लाल फ्रॉक होता का?''
''हो.''
पपा मला म्हणाले,
''तुम्हांला मी त्या गजाकाकांचा पत्ता देतो. प्लीज पाहून या. तिला घेऊनच या. लग्नाची सगळीच जबाबदारी आमच्यावर आहे...''
''मला माहीत आहे ते.''
टॅक्सी करून मी गजाकाकांकडे निघालो. पत्ता शोधून काढण्यात जो काय वेळ गेला असेल तेवढाच.
पण पत्ता सापडून काही उपयोग झाला नाही. कारण त्यांच्याबरोबर जी मुलगी आली होती, ती त्यांच्या शेजाऱ्याची मुलगी होती. मीना जशी सारखी मला चिकटलेली असायची तशी ती मुलगी गजाकाकांना.
मी आणि ते कुणी गजाकाका बोलत असताना ती मुलगी मधे आलीच.
''बेटा, नवा फ्रॉक बदलला नाही अजून?''
''तू बदल.''

लहान मुलाचा एकेरी उच्चार मोठा छान, निरागस वाटतो. गजाकाकांनी तो लाल-लाल रंगाचा फ्रॉक काढला.

"हिला माझं एवढं वेड आहे, की विचारायची सोय नाही. तिला दहा मिनिटं कार्यालयात खेळ म्हणालो तर मला सोडून राहायची तयारी नाही. रडत आली पाठोपाठ."

कार्यालयात मी जाईतो सगळे माझीच वाट पाहत होते. फाटकाजवळच एक घोळका उभा राहिलेला मला लांबून दिसला. त्यावरून मीना अजून सापडलेली नाही हे मी लगेच ओळखलं.

परत येताना मला जो टॅक्सीवाला भेटला तो बराच बोलका होता. मुलं कशी हरवतात ह्याची त्यानं मला दहा उदाहरणं सांगितली. त्याच्या त्या अखंड गप्पातून महत्त्वाचे असे दोनच मुद्दे मिळाले.

एक म्हणजे पोलीस स्टेशनात खबर देणं आणि सार्वजनिक इस्पितळातून चौकशी करणं...

मी रिक्त हस्ते आलेला पाहून वहिनींचा धीर आणखी खचला. पोलिसांत वर्दी देण्याचा सल्ला माझ्या गैरहजेरीत कुणीतरी दिला होताच.

पोलिसांत वर्दी द्यायची म्हणजे फोटो हवा. तो फोटो आणण्यासाठी मी आणि पपा मग घरी निघालो जायला.

वाटेनं आम्ही एकमेकांशी काही बोललो नाही. पपा त्यांच्या स्वत:च्या दु:खात चूर होते. त्यांचं आणि माझं दु:ख तसं निरनिराळं नव्हतं. पण माझ्या दु:खात, कुठंतरी खोलवर एक सल होता. तसा सल पपांच्या मनात नक्कीच नव्हता. ह्या क्षणी मी स्वत:ला अपराधी समजत होतो. वाटत होतं, काल आपण जर मिनीला आपल्या घरी झोपायला ठेवून घेतली असती, तर कदाचित मिनी हरवली नसती. पपांनी त्याच्या ब्लॉकचं दार उघडलं. मी बाहेरच थांबलो. पपांनी ट्रंका उघडल्या, कपाटं उघडली. आतले कपडे भराभर बाहेर टाकले. ड्रॉवर उघडले. पालथे केले. पण छे! फोटोचा पत्ता नाही.

निर्वाणीचा उपाय म्हणून त्यांनी कोपऱ्यातल्या गाद्यांच्या ढिगाऱ्यावर, पायांतल्या बुटांसकट चढून, वरच्या फळीवर फोटो शोधायला सुरुवात केली आणि योग असा की, वर्तमानपत्रांच्या, मासिकांच्या ढिगाऱ्यात मिनीचा फोटो सापडला. खोलीत तसाच पसारा टाकून त्यांनी ब्लॉकचं दार लावलं.

जिना उतरताना त्यांनी सहज विचारलं,

"भेटलात बायकोला?"

"अरे, साफ विसरलो."

स्वत:चंच नवल करीत मी पुन्हा जिना चढायला लागलो. घडलेल्या प्रकाराची

सुहासिनीला थोडक्यात कल्पना देऊन मी निघालो. पपा आणि मी, मिनीच्या फोटोसहित पुन्हा कार्यालयात परतलो.
वहिनींची अवस्था बघवत नव्हती. ज्यांनी पुढाकार घेऊन हे लग्न जमवलं होतं, त्या मिनीच्या आई-वडिलांचीच परिस्थिती शोचनीय झाली होती, तिथं इतरांचं लक्ष कसं लागावं?
गत्यंतर नाही म्हणून धार्मिक विधी चालले होते, इतकंच. पण ह्या सर्व धार्मिक आणि मिरवण्याच्या सोहळ्याचा आत्मा असतो 'कौतुक.' नवरा-नवरीचं कौतुक, आहेरांचं कौतुक, मानपान...रुखवत, सगळ्याचा प्राण असतो 'कौतुक' तेच उरलं नव्हतं.
'कृपया करून आहेर आणू नयेत' आमंत्रणपत्रिकेवर छापलं की कसं कृत्रिम, औपचारिक वाटतं, तसं कार्य केवळ रुक्ष वाटत होतं. औपचारिक वाटत होतं.
पपा थकून खाली बसले. सकाळपासून त्यांची वणवण यात्रा चालली होती. पोटात अन्नाचा कण नव्हता. वहिनी पण तिकडे उपाशी होत्या. तेवढ्यात कुणीतरी डोकं चालवून पपांसाठी लहान ताटलीतून फराळाचं आणलं.
"मला हे जाणार नाही" असं म्हणत पपांनी ताटली दूर लोटली. तेवढ्यात साधारणपणे, साठी उलटलेल्या कुणी बाई आल्या आणि अधिकारवाणीनं म्हणाल्या,
"मधू, तेवढं खाऊन घे."
म्हाताऱ्या माणसांचा असा उपयोग होतो.

"मिनी हरवली तेव्हा तुम्ही स्वत: कुठं होता?" पोलीस अधिकारी-सावंत-ह्यांनी मला प्रश्न विचारला. जवळ जवळ अठरावा...
"मी माझ्या घरी होतो."
"तेव्हा तुम्ही काय करत होतात?"
"का?"
"विचारलेल्या प्रश्नांची उत्तरं द्या."
"मिनीच्या शोधाशी ह्या प्रश्नाचा संबंध आहे असं मला वाटत नाही."
"ते पोलीस डिपार्टमेन्ट ठरवेल."
"मी ह्या प्रश्नाचं उत्तर देऊ इच्छित नाही." मी भडकून उत्तर दिलं.
"का?" सावंतांनी विचारलं.
"धिस इज् हॅरॅसमेण्ट."
इतका वेळ शांत असलेले दुसरे अधिकारी म्हणाले,
"रागावू नका. पोलिसांना तुम्ही सहकार्य दिलंत तर शेवटी त्याचा तुम्हांला

फायदा होणार आहे.''

"मी घरीच होतो.''

"काय करीत होतात? संपूर्ण सांगितलंत तर तुमच्या फायद्याचं आहे.''

"बायकोजवळ झोपलो होतो. Are any more details necessary ?'' मी चिडून बोललो.

"That's alright''-असं म्हणत ते साहेब गडबडीनं त्यांच्या जाग्यावर गेले.

"बरं आता ह्या हरवलेल्या मुलीची उंची सांगा.''

मी विचारात पडलो. आता आला का वांधा?

"नक्की सांगता येणार नाही, अंदाजे सांगतो.''

"हे असंच होतं, तुमच्या अंगाखांद्यावर खेळणारी पोरगी आणि तुम्ही तिची उंची सांगू शकत नाही?''

माझी सहनशक्ती संपत आली. मी विचारलं,

"मी तुम्हांला एक प्रश्न विचारू शकतो का?''

"विचारा.''

"Are you married?''

"Yes.''

"Any issue?''

"एक मुलगा आहे.'' इन्स्पेक्टर म्हणाले.

"आपण त्याची उंची सांगू शकाल?''

"नॉन्सेस! मुलगा हरवलेला नाही माझा तुमच्या मुलीप्रमाणे.''

मी पण चिडून म्हणालो,

"मुलगा हरवला नाही तोवरच त्याची उंची मोजून ठेवा. नंतर तुम्हांला पण ह्याच प्रश्नातून जावं लागेल.''

वातावरण तापत आहे असं पाहून पुन्हा ते दुसरे ऑफिसर मधे पडले. मी म्हणालो,

"माझी समजूत घालू नका. ह्या तुमच्या दोस्ताला जरा माणुसकी शिकवा. कायदा शिकवू नका. कारण कायद्याचं पालन खुद्द पोलीस डिपार्टमेंटकडून किती केलं जातं हे मी जाणून आहे. तेव्हा ह्यांना जरा रीत शिकवा.''

"शांत व्हा.''

"शांत काय व्हा? मुलगी हरवली आहे घरातली सकाळी सात वाजल्यापासून. आम्हांला काय टेन्शन आलंय ह्याची जाणीव ह्यांना असायला नको काय? प्रश्न विचारायचे ते किती? मी हे वरपर्यंत नेल्याखेरीज राहणार नाही. पोलीस कमिशनर साहेबांना आज रात्रीच कळवतो. त्यांच्याकडे जेवायचं आमंत्रण

आलंच आहे.''
मी शेवटी सणसणीत थाप ठोकली. जादूच्या कांडीसारखा त्याचा परिणाम झाला.
''म्हणजे आपण... ...''
''मला वाटलं, आपण आडनावावरून कल्पना करू शकाल.'' मी आणखी कळ फिरवली.
दोघंजण क्षणार्धात सरळ आले.

त्यानंतर, जी. टी, जे. जे. के. ई. एम्., नायर... सगळ्या इस्पितळांतून चौकशी करून झाली. सरकारी आणि म्युनिसिपालिटीची इस्पितळं! त्यांचं वर्णन काय करावं?- एकाला काढावं, एकाला झाकावं!
संध्याकाळचे पाच वाजले. पत्ता नाही म्हणजे नाही.

संध्याकाळी सात वाजता मी घरी परतलो तेव्हा वाट पाहून पाहून सुहासिनी थकून गेली होती. तिला सगळा वृत्तान्त सांगितला.
माझ्या मन:स्थितीची तिला पूर्ण कल्पना आली. मिनीवर माझा किती जीव होता, हे ती जाणून होती. तिला मिनीचा तसा परिचय नव्हता. पण माझ्याकडून जी पत्रं जायची, त्यातली निम्मी पानं मिनीच्या बाललीलांनीच भरलेली असायची.
गॅलरीत खुर्ची घेऊन मी आकाशाकडे पाहत बसलो. तसा मी किती वेळ होतो सांगता येणार नाही. सुहासिनीनं मागून येऊन माझ्या गळ्यात हात टाकले.
''चला ना कुठंतरी?-वेड्यासारखे किती वेळ बसाल असे?''
सुहासिनीच्या त्या स्पर्शानं मला एकदम रडायला आलं. त्याही क्षणी मला मिनीची आठवण झाली. मोठी गंमत वाटते आज, केव्हा केव्हा, एवढ्या वर्षांनी मी विचार करतो तेव्हा! सुहासिनी मला चार महिन्यानंतर भेटत होती. एक रात्र, आदल्याच दिवशीची रात्र, मी धुंदीत घालवली होती.
काल त्याच वेळी ती कलकत्त्याहून परतली होती. काल प्रथम, ज्याला मुक्त स्पर्शसुख म्हणतात ते मी अनुभवलं होतं.
दहा-बारा तासानंतर तीच सुहासिनी माझ्या गळ्यात हात टाकून उभी होती. मी रडतोय हे पाहून तिनं मला कुशीत ओढून घेतलं होतं. तिच्या छातीजवळ तिनं माझं डोकं आवळून धरलं होतं आणि तशा क्षणी मला आठवत होती मिनी.
वास्तविक तीच सुहासिनी, तोच स्पर्श, पण आठवली मिनी.
'थोतं थोतं ललून दाथव' असं म्हणणारी मिनी.

मी जास्त मोठ्यानं रडायला लागलो! लक्षात आलं पाठोपाठ, की 'थोलं हलू'– असं म्हणणारी मिनी त्या क्षणी कुठे असेल?

-सुहासिनीनं जबरदस्तीनं घरातून बाहेर काढलं म्हणून चौपाटीवर गेलो. पण लक्ष लागत नव्हतं. चौपाटीवरची अनेक लहान लहान मुलं पाहून मिनीची आठवण जागी होत होती. काही काही मुलं इतकी गोंडस होती, तरी वाटायचं त्यातल्या एकाही मुलाला मिनीची सर नाही.

चौपाटीवरची गर्दी विरळ होईतो मी बसून राहिलो. मला त्या क्षणी सगळ्यांची कीव येत होती.

मिनीची, ममीची, पपांची, स्वत:ची, आणि हो, सुहासिनीची पण.

काल ती प्रथम स्वत:च्या घरी आली.

संसाराची तिची सुरुवात अशी का व्हावी?

मन सावरलं पाहिजे. मिनी सापडेल, हरवायची नाही.

आपण काहीतरी वाईट घडेल ह्या भितीनं निम्मे खचून जातो.

That's not good.

मी मग उठलो. हसता बोलता झालो.

सुहासिनीला पण हसती बोलती केली.

'शेर-ए-पंजाब' मध्ये जाऊन मस्तपैकी जेवलो.

सुहासिनीसाठी गजरा घेतला.

रात्री दहाच्या सुमारास घरी परतलो तर खालच्या मजल्यावर येता क्षणी, वरच्या मजल्यावरून हलकल्लोळ ऐकू आला.

सुहासिनी आणि मी धावतच नंतरचे जिने चढलो.

छाती फुटून जाईल असा आक्रोश चालला होता. मीनाची ममी बेशद्ध पडली होती, पपा डोकं बडवून घेत होते, आलेले पाहुणे पण घायाळ झाले होते. मिनीच्या वयाची मुलं कावरीबावरी झाली होती.

मला पाहताच, माझ्या गळ्याला मिठी मारीत पपांनी टाहो फोडला. सर्व खोलीभर गाद्याच गाद्या पसरल्या होत्या.

आणि त्यातच, पांघरुणात लपेटलेला, घुसमटून गेलेला मिनीचा एवढासा देह पडलेला होता. मिनीची आई वारंवार म्हणत होती, 'मिनीला मी मारली, माझी पोर मी पाहुण्यांवर का सोपवावी?'

ज्या बाईनं, 'मी मिनीला माझ्याबरोबर आणीन!' असं सांगितलं होतं ती आणखीन खचलेली होती, स्वत:ला बोल लावीत होती.

त्याहीपेक्षा जास्त होरपळलेला माणूस म्हणजे, पहाटे ज्यानं गडबडीनं गाद्या काढल्या तो. मिनी नजरचुकीनं गादीत गुंडाळली गेली होती, ती त्याच्याच

हातून. त्या गादीवर त्यानं नंतर सहा-सात गाद्या रचून ठेवल्या होत्या. आणि एकीकडं वेड लागल्याप्रमाणं पपा सारखे स्वत:चे केस ओढत होते. ''मिनीला मी, मी मारली. नुसत्या गाद्यांच्या वजनानं ती मेली नाही. फळीवर तिचा फोटो शोधताना, मी बुटांसकट गादीवर उभा होतो. माझ्याच पोरीचा फोटो, मी तिच्याच अंगावर उभा राहून काढीत होतो. I am a murderer. I am a murderer.''

पपा, चार माणसांत स्वत:ला खुनी म्हणण्याचं धाडस तुमच्यात आहे.
मी तेवढा पण धीट नाही. नंतर आठच दिवसांनी तो ब्लॉक सोडून, पपा तुम्ही गेलात. तुम्ही जागा सोडणार असा मी अंदाज केला होताच. तुम्ही केव्हा तरी निरोप घ्यायला येणार, त्यासाठी मनाची तयारी केली होती.
पण, जेव्हा प्रत्यक्ष निरोप घ्यायला आलात तेव्हा 'मी खुनी आहे' असं सांगायचं धाडस मला झालं नाही. पपा, तुम्हांला खरी गोष्ट माहीत नाही. ममी स्वत:ला दोषी धरतात. तुम्ही स्वत:ला खुनी म्हणता. पण पपा, खरा खुनी मी आहे. तुमची- माझी मिनी आदल्या रात्री माझ्या घरी झोपणार होती, तेव्हा मी तुम्हाला थाप मारली. तुमच्या आणि माझ्या मिनीचा खुनी मी आहे.
पपा, तुम्हांला हे मी सगळं सांगायला हवं होतं.
आता तुम्ही कुठं आहात?
पंधरा वर्षं झाली, आपली भेट नाही. मला हे सगळं तुम्हांला सांगायचं आहे.
पंधरा वर्षांपूर्वी हे धैर्य नव्हतं.
आज आहे.
पपा, पंधरा वर्षांत माझ्या घरी काय काय घडलं म्हणून सांगू?-
काहीही घडलं नाही.
होय पपा, काहीच नाही.
या घरात पाळणा हललेला नाही. हलेल असं वाटत नाही.
अनेकदा वैद्यकीय तपासणी झाली.
आमच्यात काहीही दोष नाही. सुहासिनीमध्ये पण नाही आणि माझ्यात पण नाही.
लोकांचे तर्क चालले आहेत.
डॉक्टरांचे प्रयोग चालले आहेत, आमच्या देहावर आणि खिशावर.
एवढ्यावर थांबतं तर ठीक होतं.
आता आमच्या मनावर पण उपचार सुरू होणार आहेत म्हणे.
हल्ली मी तासन्तास त्या टॉप स्पीडला फिरणाऱ्या पंख्याखाली बसून राहतो,

आरामखुर्चीत.

सगळे म्हणतात,

मूल होत नाही म्हणून माझ्या डोक्यावर परिणाम झालाय म्हणून.

त्यांचं थोडं खरं असेलही.

मला मूल का होत नाही, हा प्रश्न इतरांना सुटत नाही.

मला त्या अवघडातल्या अवघड प्रश्नाचं उत्तर माहीत आहे.

लहान निष्पाप मुलांना, घरात न घेता दार लावून घ्यायचं. अशानं पपा, घरात वसंत ऋतु कसा फुलावा?

लोकांना न मिळालेलं उत्तर हे आहे.

कुणी सांगावं, पंधरा वर्षांपूर्वी हे बोलण्याचं धैर्य असतं तर आमची ही अवस्था झाली नसती आणि वारंवार ती क्रमिक पुस्तकातली यक्षाची गोष्ट पण स्वत:शी आठवत बसायची पाळी आली नसती.

डॉक्टर, शास्त्रज्ञ, चंद्रावर निघालेले वैज्ञानिक... त्या सर्वांना हे उत्तर पटणार नाही,

कारण एकच,

यक्षाची कथा ते विसरले आहेत, विसरू शकतात!

नालायक

दार जोराने ढकलून शेखर आत घुसला. दारासमोरच्या आरामखुर्चीत मास्तर बसलेले त्याला दिसले. मास्तरांच्या चेहऱ्यावर ओळख न पटल्याच्या वार्धक्याच्या रेषा हलल्या व चेहरा प्रश्नांकित झाला. आता अगदी 'श्रीगणेशा'पासून सुरुवात करून, 'मी कोण?' इथपासून मास्तरांना ओळख पटवून द्यावी लागणार, याची शेखरला चीड आली व ती चीड त्याच्या चेहऱ्यावर स्पष्ट दिसू लागली. मास्तरांचा चेहरा आणखीनच चमत्कारिक दिसू लागला. थोड्याशा नाखुशीनेच मास्तरांना नमस्कार करीत, मास्तरांनी बोट केलेल्या खुर्चीत शेखर स्थानापन्न झाला.

''काय मास्तर, ओळख अजून पटली नाही का? मी शेखर! शेखर सदावर्ते!''

अजूनही मास्तरांच्या चेहऱ्यावरील प्रश्नचिन्ह कायम होते. नवीन माणसाचा आवाज ऐकून मधल्या दारात दुसरे एक वार्धक्य येऊन उभे राहिले! जन्माची सोबत करणारी ती मास्तरांची पत्नी होती!

''काय काकू, तुम्ही तरी ओळखले की नाही?'' शेखरने विचारले.

''आवाज ओळखीचा वाटतो...'' विशेष खात्री न पटलेल्या आवाजात काकू म्हणाल्या.

''पुष्कळच झालं!'' थोड्याशा कुत्सित आवाजात हसत शेखर म्हणाला, ''पण आता तुमची ओळख नक्की पटवतो. माझा हा डावा हात पाहिलात का? पाहा, हा वळ ओळखीचा वाटतो का?''

मास्तर चरकले. लांबवर गेलेल्या स्मृतीने पुन्हा त्यांच्याकडे वळून पाहिले! मास्तर एकदम उभे राहिले. कैक वर्षांपूर्वी, शेखर इंग्रजी दुसरीत असताना मास्तरांनी त्याला मारले होते व वेताच्या छडीचा तो वळ शेखरच्या हातावर कायम राहिला होता. तो वळ बरा होईपर्यंत शेखरवर आपल्या हाताने औषधोपचार स्वत: काकू करीत होत्या. आठवले! पूर्णपणे आठवले!!

शेखरच्या एका बाजूला मास्तर बसले व एका बाजूला काकू येऊन बसल्या. नेहमीच्या प्रेमळ स्वरात काकूंनी शेखरला विचारले,

''बरा आहेस ना? काय करत असतोस अलीकडे?''

शेखरला त्या प्रेमळ आवाजातले प्रेम जाणवत नव्हते. ज्याप्रमाणे तो हातावरील

वळ कायम होता त्याप्रमाणे त्या क्षणापासूनचा मास्तरांबद्दलचा राग या क्षणापर्यंत शेखरच्या मनात कायम होता. बेदरकारपणे तो म्हणाला,
''मी उत्तम आहे. करत मात्र काहीच नसतो!''
दुसऱ्या वाक्याने मास्तरांचे व्यवहारी मन लगेच म्हणाले,
''काय, काहीच करत नसतोस? असं कसं होईल?''
''असं कसं होईल? हे पाहा ना प्रत्यक्षच होतं आहे ते! असं झालं नसतं! पण केव्हा? सुदैवाने तुमच्या हाताखाली शिकायची वेळ आली नसती तर!''
मास्तरांना धक्का बसला. जखमी अंत:करणाने विव्हल होऊन ते म्हणाले,
''शेखर, मी काय तुझे नुकसान केले बाबा?''
''तेच सांगायला आलो आहे मी आज! अगदी थंड डोकं ठेवून ऐका. तुम्ही पण ऐका काकू!''
''नव्या उमेदीने मी शाळेतल्या अनोळखी जगात प्रवेश केला. अनेक मधुर स्वप्ने, शालेय जीवनाबद्दलची मी पाहिली होती; पण एक महिन्याच्या अवधीतच त्या सर्व स्वप्नांना तडा गेला. शाळेत जायला लागल्यावर एक महिन्याने आमचे पहिले मास्तर जाऊन दुसरे मास्तर वर्गावर आले! तेच ते तुम्ही!
''पहिल्या दिवसापासूनच तुम्ही सर्व मुलांना धारेवर धरले होते. लहान मुलांची कोवळी मने; त्या गोष्टीचा तुम्हाला पत्ताच नव्हता. सर्व मुले, ही एक नालायक जात आहे व त्यांना कडक रीतीने वागवल्याशिवाय त्यांच्यातली नालायकी दूर व्हायची नाही, या एकाच राक्षसी विचाराने पछाडलेला मास्तर आम्हाला लाभला होता! मास्तर, दिवसभर तुम्ही आम्हाला 'नालायक, नालायक' म्हणत होतात, त्यामुळे माझ्यावर काय परिणाम झाला आहे माहीत आहे तुम्हाला? माझ्यात न्यूनगंडाची भावना निर्माण झाली. मला वाटू लागले की, खरोखरच आपण नालायक आहोत व या जगात आपल्याला करता येण्यासारखी एकसुद्धा गोष्ट नाही! मराठी पहिली-दुसरीत आम्ही सर्वच लहान होतो. त्यावेळी कोणीही काहीही बोलले तरी त्याच्यावर विचार करण्याची पात्रता नसल्यामुळे त्या वयात आम्हाला कुणाचाच राग येत नसे; पण एवढे मात्र नक्की समजत होतो की, कोण प्रेमळ आहे व कोण तुसडा आहे!
''आम्हा सर्वांना तुमची भीती वाटायची व स्वत:करीता जरी नाही तरी तुमच्यासाठी आम्ही तेव्हा अभ्यास करीत होतो. पुष्कळदा मधूनमधून तुमच्या तोंडून कौतुकाचे शब्द बाहेर पडायचे; पण त्या शब्दांचे प्रमाण लक्षात राहणार नाही इतके कमी असायचे. चोवीस तास आमच्या कानीकपाळी तुम्ही 'नालायक, नालायक' म्हणून ओरडत होतात. त्याचा मला धक्का बसला. केवळ मलाच नव्हे तर कैक मुलांना! 'गजानन नरवणे, प्रफुल्ल रानडे, जोशी, घैसास' अशी कैक नावे सांगेन मी तुम्हाला! वर्षाच्या शेवटी तुम्ही आम्हाला उदार मनाने पास करीत होतात; त्यामुळे

तर आम्हाला आणखीनच चमत्कारिक वाटायचे!

"मराठी चौथी पास झाल्यावर इंग्रजी शाळेत शिकायला मिळणार याचा आनंद मला व माझ्या मित्रांना जितका वाटला त्याहीपेक्षा कितीतरी अधिक आनंद तुमच्या तावडीतून सुटलो त्याचाच वाटला; पण आमच्या दैवाने आमची पाठ सोडली नव्हती व त्याचवर्षी आमच्याबरोबर तुम्हाला बढती मिळून तुम्ही पण त्या शाळेत आलात व 'नालायक, नालायक'ची रेकॉर्ड तिथे पण कानावर आदळू लागली.

"अन् एक दिवस मला तो अत्याचार सहन न होऊन मी तुम्हाला उलटून बोललो त्याची ही बक्षिशी पहा, अजून या हातावर जन्मखुणेसारखी कायम राहिली आहे. नंतर औषधोपचार जरी तुम्हीच केलेत तरी ती स्तुत्य गोष्ट या वळापुढे माझ्या लक्षात राहिली नाही. त्यानंतर वडिलांची बदली झाल्यामुळे मी तुमच्या तडाख्यातून सुटलो!

"तुम्ही आमच्यापासून लांब गेलात; पण तुमचे 'नालायक, नालायक' हे शब्द मात्र माझ्याबरोबरच आले व मी खरोखरच काहीच करू शकणार नाही, अशी माझी कायमची भावना होऊन बसली! –नालायकपणा हाच माझा जिवाभावाचा मित्र होऊन बसला! –मी बेफाम मुलगा बनलो नाही, शेळपट व नादान बनलो. चीड आल्याने बेफाम बनलो असतो तर मवाली होऊन आज गुंडगिरी करून जगलो असतो! पण तेवढीही हिंमत माझ्यात नाही! मी मॅट्रिक झालो नाही; त्यामुळे कुठे नोकरी पण मिळत नाही. यदाकदाचित मिळालीच एखादी तर आपल्यासारख्या नालायक माणसाकडून ही नोकरी काय होणार याच विचाराने मी गळाठतो व माझी ती पण नोकरी जाते! आता कोणी काही चार पैसे दिले तर त्यावरच कसातरी जगतो!

"आज तुमच्याकडे काही मागावे म्हणून मी आलो नाही; कारण तुमच्याकडे द्यायला आहे काय, याची मला पूर्ण कल्पना आहे! तुमच्याकडे कधी यावे व तुम्हाला भेटावे असे माझ्या मनातसुद्धा कधी आले नाही; पण सहज मनात विचार आला की, तुमच्या या तऱ्हेवाईक शिकवण्यामुळे काय काय परिणाम झाले व माझे आयुष्य कसे बरबाद झाले, ते तरी तुमच्या कानावर पडावे! बस् !संपले माझे काम; येतो आता! आजपर्यंत जसा कधीच आलो नव्हतो तसाच पुन्हाही केव्हा दिसणार नाही तुम्हाला! अच्छा!''

जितक्या अकल्पितपणे शेखर आला होता तितक्याच अकल्पितपणे निघून गेला. पूर्वी संध्याकाळच्या वेळी, दिवसभर मुलांना शिकवून जेवढा शीण मास्तरांना येत असे तेवढा शीण आज एक अक्षरही न बोलता आला होता!

मास्तर तसेच बसून राहिले आणि त्यामुळेच काकूही तशाच आत गेल्या. तयार झालेला स्वयंपाक तसाच भांड्यांतून गार होत राहिला.

बसलेल्या स्थितीतच मास्तरांना जी झोप लागली होती ती चाळवली गेली, कुणाच्या तरी हाकेनेच! आणखीन् एक अनोळखी गृहस्थ "काय मास्तर, ओळखलंत का?" असे म्हणत आत आला. चेहऱ्यावर उसने हास्य आणून मास्तरांनी प्रांजलपणे 'नकार' दिला.

"मी तो गजा नरवणे, शेखरचा दोस्त."

अगोदरच चाळवली गेलेली काकूंची झोप शेखरचे नाव ऐकताच साफ उडाली. त्या पुन्हा बाहेर आल्या. अत्यंत भारी कापडाचा गरम सूट, रुबाबदार चेहरा, व्हॅसलीनने बसवलेले व्यवस्थित केस व अत्तराचा घमघमाट, या गोष्टींनी मास्तर व काकू त्याच्याकडे पाहतच राहिले.

"हं, आलं लक्षात! गजा नरवणे नाही का तू? बस, बस! चहा घेणार ना?"

"सरट्नली! तुम्ही दिलेला चहा मी नको कसा म्हणेन?"

–काकू आत गेल्या.

"हं कसं काय चाललंय्? काय करतोस अलीकडे?"

"मी? काय करतो? सांगू का? मी हल्ली गुंडगिरी करतो," असे म्हणून त्याने टेचात सिगारेट पेटवली व तितक्याच सहजतेने त्याने पाकीट मास्तरांपुढे केले.

मास्तरांनी 'ओढत नाही' म्हणताच गजाननने खूपच आश्चर्य दाखवित,

"अजून तुम्ही ओढत नाही?" असा प्रश्न केला.

"खरं सांग ना, हल्ली काय करतोस ते!"

–मास्तरांनी पुन्हा विचारले.

"अहो मास्तर, मी खरंच सांगतो आहे! मी गुंडगिरी करतो हल्ली! फारच छान चालली आहे सध्या गुंडगिरी! माफ करा मास्तर; पण तुमच्या मासिक-प्राप्तीपेक्षा माझी प्राप्ती जास्त आहे! बाहेर मोटारसायकल ठेवली आहे, त्यावरून तुमच्या लक्षात येईलच म्हणा!" –एक मोठा धुराचा भपकारा हवेत मिसळून गेला!–

"तुम्ही आता सेवानिवृत्त झाला असाल, नाही?"

जड आवाजात मास्तरांनी 'होकार' दिला. गजाला त्याची फारच मौज वाटली. सिगारेटवरची राख बसल्या जागीच झटकत तो पुढे म्हणाला,

"पण शाळेत कधी कधी जात असालच!"

"हो, आठवड्यातून एकदा जातो. परवा हरताळ पडला होता तेव्हा मी शाळेतच होतो!"

"हो का? अरेरे, मला समजले असते तर फार बरे झाले असते. मी आत येऊन भेटूनच गेलो असतो! अहो मास्तर, बघताय् काय असे! तो हरताळ मीच पाडला. पहिला दगड माझ्या हस्तेच शाळेवर पडला; पण शाळेचे जास्त नुकसान करायचे नाही असे आमचे आधीच ठरले होते."

"काय, सांगतोस काय? त्यात तुझा हात होता? प्रत्यक्ष ज्या शाळेत तुझे शिक्षण झाले, 'शाळा ही दुसरी आई' ही वचने गिरवलीस, त्याच शाळेवर उलटलास?" जवळ जवळ ओरडत मास्तर म्हणाले. त्यावेळचा त्यांचा आवेश पाहून चहा घेऊन आलेल्या काकूसुद्धा तशाच दारात थबकल्या. तितक्याच शांतपणे सिगारेट बाहेर फेकीत गजा म्हणाला,

"माझी फार दिवसांपासूनची इच्छा होती की, आपण एकदा आपल्याच शाळेवर 'धमाल' उडवून द्यायची म्हणून! ज्या शाळेने आपली वाट लावून टाकली त्या शाळेची एकदा आपणसुद्धा वाट लावून टाकायची, असे माझ्या मनात खूप दिवसांपासून घोळत होते! मी ते काम अगदी फुकट केले. आमच्या 'साहेबा'कडून एक पैसुद्धा घेतली नाही! किती झालं तरी आपल्या शाळेचे काम ते! मास्तर, असे नाराज होऊ नका. अहो, आम्ही 'नालायक' मुले दुसरे काय करणार? बरं तर बरं, मी गुंडगिरी तरी करतो आहे! तो शेखर सदावर्ते अगदीच पुळचट झाला आहे! त्याला ते पण जमत नाही! एक दिवस उपाशी मरेल झालं!"

एवढे बोलून गजाने चहाचा कप तोंडाला लावला.

"राजा, तुझा राग माझ्यावर होता तर माझे काहीतरी नुकसान करायचे होतेस! शाळेचे नुकसान करण्याचा काय संबंध?"

"संबंध वगैरे मला काही कळत नाही! तसं पाहायला गेले तर तुमचा-माझा काय संबंध होता? आपण एकमेकांना ओळखत तरी होतो का? जाऊ दे ते. माझा कुणावर राग नाही. मी आरामात जगतो आहे, पैसा कमावतो आहे. फक्त या जगात मला 'मानाचे स्थान' नाही इतकंच! अच्छा, फिर मिलेंगे!"

–गजा निघून गेला व मास्तरांची होती-नव्हती तेवढीही शक्ती नाहीशी झाली.

दिवस जसा उगवला तसा मावळायला आला. मास्तर तसेच आरामखुर्चीत पडून विचार करीत होते. त्या गोष्टीचा विचार करून आता काहीच उपयोग नाही हे एकीकडे पटत असूनही त्याचाच विचार ते करीत होते. त्या दोन्ही मुलांची लायकी ते ओळखून होते. त्या मुलांना मास्तरांना, माणसांत आणायचे होते. हेतू शुद्ध होता; पण मार्ग चुकला होता!

पुन्हा कोणीतरी दार ठोठावले. काकू चटकन पुढे झाल्या. बाहेरच्या आणखीन एका अनोळखी गृहस्थाने 'मास्तर घरात आहेत का?' म्हणून विचारले.

"आहेत. पण त्यांची प्रकृती बरी नाही!"

"ते कितीही आजारी असले तरी मी त्यांना भेटणारच! त्यांना सांगा तुमचा विद्यार्थी मनोहर फडके-शेखरच्या वर्गातला– आला आहे!"

"इजा, बिजा आणि तिजा!" मास्तर मनाची तयारी करून म्हणाले,

"अग ए, येऊ दे त्याला आत!"

मनोहर आत आला. हातातले पुडके त्याने टेबलावर ठेवले व तो मास्तरांकडे वळला.

"मास्तर, मी मनोहर फडके, तुमचा विद्यार्थी!'' असे म्हणून त्याने झटकन खाली वाकून मास्तरांना व नंतर काकूंना नमस्कार केला आणि मास्तरांनी काही विचारायच्या आतच तो घडाघडा बोलू लागला.

"मास्तर, काय सांगू तुम्हाला? तुमच्यामुळेच मला हा सोन्याचा दिवस दिसला. काकू, आम्हा मुलांचे भाग्य म्हणून आम्हाला असे मास्तर मिळाले. त्यांचे महत्त्व आम्हाला आज पटत आहे; त्या हूड वयात कळत नव्हते. त्या वयात आम्हाला तुमचा जरासा राग यायचा. कुत्सित आवाजात तुम्ही 'नालायक मुले आहेत सगळी!' असे म्हणून फळ्याकडे तोंड केलेत की, काही मुले हात उगारीत असत व आम्ही त्यावेळी हसत असू! पण मास्तर, तुमच्या त्या हेटाळणीनेच आम्हाला खरा मार्ग दाखविला. 'आम्हाला नालायक म्हणता काय? मग दाखवतोच आमची लायकी!' अशी ईर्षा मनात येऊन आम्ही अभ्यासाला लागायचो. मुलांना असे हिणवण्याच्या हेतूमागील कोणती भावना आहे हे ज्यांना समजले नाही ती मुले वाया गेली; पण बाकीची सर्व महत्पदास पोचली. 'जनार्दन मोघे' वकील झालाय, 'अरविंद माने' डॉक्टर झालाय, 'शिरीष कुलकर्णी' वैमानिक दलात गेलाय, अशी कितीकजण चांगल्या परिस्थितीला पोचली आहेत. तुमचे नाव अजून त्यांच्या जिभेवर आहे!

"आणि मास्तर मी, एम.ए. झालो आहे व पुढच्या अभ्यासासाठी परदेशी जातो आहे. तत्पूर्वी तुमचा आशीर्वाद मागायला आलो आहे!–

–"आणि काकू, आज तुमच्याकडे जेवणार आहे मी बरं का! मास्तर, मला आई-वडील नाहीत तरीसुद्धा या जगात मी इतका वर आलो तो तुमच्या कृपेमुळे!–

–"काल माझी पहिलीवहिली कादंबरी प्रसिद्ध झाली. या घ्या तिच्या काही प्रती! तुम्हालाच मी ती अर्पण केली आहे!''

मनोहरने पुढे केलेले पुडके मास्तरांनी थरथरत्या हातांनी फोडले व एका पुस्तकाचे पहिले पान उलटले. दुसऱ्या पानावर लिहिले होते–

"ज्यांच्या 'नालायक, नालायक' या शेऱ्यांनी माझ्या मनात अभ्यास करण्याची इच्छा व ईर्षा उत्पन्न होऊन मी या यशाप्रत पोचलो, ते पहिले यश त्या माझ्या गुरूच्या चरणी.''

आणि डोळ्यांत जमलेल्या अश्रूंमुळे मास्तरांना समोरचा मनोहर पण दिसेना!!

१३८ । मी माणूस शोधतोय!

ऐक सखे

वपु काळे

वसंत पुरुषोत्तम काळे यांचे हे पंचविसावे पुस्तक
एका निराळ्या पद्धतीने छापलेले. गोष्टीतून गोष्ट सांगत जाणारे,
'अरेबियन नाइट्स'सारखे त्याचे स्वरूप आहे.

वपुंनी कादंबरी लिहिली, नाटक लिहिले, आत्मवृत्तपर व चरित्रात्मक लेखनही केले. पण त्यांचा खरा पिंड कथाकाराचा. याहीपेक्षा कथाकथनकाराचा आहे. साहित्याच्या या प्रकारात त्यांच्या शक्ती रसरसून येतात. त्यांच्या कथा अर्थवाही अन् भावप्रधान आहेत. पण त्यांचे कथाकथन मात्र एकदम रसरशीत आणि चैतन्यदायी आहे. त्यात त्यांचे शब्द काही खास ढंगाने, काही खास जिव्हाळ्याचे, कधी आर्ततेने, तर कधी उन्मादाने नवे रूप धारण करतात.

त्यातील माणसेही कोणी असामान्य नाहीत. अवतीभोवती असणाऱ्या लहान माणसांचे मोठेपण आणि मोठ्या माणसांचे लहानपण हेच त्यांच्या लेखनात सापडते. त्यांच्या लेखनात सहजता आहे, सौंदर्य आहे, तोरा आहे...

वपु सखी

स्त्रीच्या विविध रूपांतून
सर्वांत हवंहवंसं वाटणारं
कुठलं रूप असेल,
तर ते असतं 'सखी'चं.
वेगवेगळ्या 'अँगल'नं
वपुंना भेटलेली ही सखी... तिचं अस्तित्व, तिची भावुकता,
वैचारिक उंची, तिची दु:खं, उत्कटता प्रत्येक कथेतून वेगळं
रूप घेऊन अवतरते.
देहातीत आनंदाच्या विश्वात घेऊन जाणारी ही सखी...
तुम्हाला आम्हालाही भेटेल?